தத்துவமசியில் தவழும் முக்தி

ஆதவன் சுவாமி

ISBN 979-8-89363-258-3

முன்னுரை:

தோன்றிற் புகழொடு தோன்றுக. அக்திலார் தோன்றவின் தோன்றாமை நன்று என்பது தான் திருவள்ளுவர் வாக்கு. இங்கு புகழ் என்பது தான் ஒளி மயமாகும். ஒளி இல்லையேல் வாழ்கை இல்லை. உயிர்களும் இல்லை. செயல்களும் இல்லை என்பதாகும்.

இதற்கு ஆதாராமாக உயிரூட்டுவது ஆத்மாவும் பரமாத்மாவாகும். ஆத்மனே இவ்வுடல்களுக்குள் இருக்கும் கட்டுக்கடங்கா சக்தியாகும். இதை உள் வாங்கவும் வெளிப்படுத்தும் பழகி முக்தி பெற வழிகாட்டுவதுதான் இப்புத்தகத்தின் நோக்கமாகும்.

இப்படிக்கு,
ஆசிரியர்

தத்துவமசியில் தவழும் முக்தி
வாழ்வின் சுழற்சி விந்தையின் அதிர்ச்சி
வாழும் சமயம் அற்புதங்களை சந்திப்பது
உலகின் விதி என்பதில் அதிசயமில்லை
உலகம் வாழ்ந்து காட்டவேண்டிய விதியாகும்
என்னுடைய இயல்பின்வழியாக வாழ்வில்
எல்லா செயல்களும் ஆன்மீகத்தை
சார்ந்ததாகவே சிறந்து விளங்கியது
சார்ந்தவற்றை என் வாழ்வின் இங்கு
இச்சையுடன் எழுதவிரும்பி இவைகளை
இங்கு இறைவன் அருளால் எழுதுகிறேன்
திரும்பி வந்த எனக்கு இது எப்படி பட்டது
தீர்க்கமாக சிந்திக்க ஆரம்பித்தேன்
திரும்பவும் இல்வாழ்க்கைக்கே இங்கு
தலைதூக்க முடியவில்லை எதற்காக திரும்பி
என்பதை எல்லோரும் பார்த்து ஏளனம்
எழுதியதைப் போலும் உலகம் திருந்தியது
ஆனால் நான் எங்கிருப்பினும் இறையில்
ஆழ்ந்து மூழ்க வேண்டும் என்பதில் உறுதியானேன்
எங்கும் இறைமயம் எதிலும் இறைமயம்
எளிதில் ஏற தொடர்ந்து முயற்சித்தேன்
ஞானத்தின் ஒளியை என்னுள் கொண்டுவர
ஞானத்தின் உருவமான ஆத்மனை சார்ந்தேன்
சித்தென்பது ஆத்மனாகும் இவ்வுடலில்

சிந்தையில் பெறுவதற்காக முயற்சித்தேன்
இதன் காரணமாக ஆன்ம மயம் கொள்ள
இயன்றளவும் முயற்சித்தேன் முயற்சித்தேன்
நான் எற்கனவே பலமுறை சபரிமலை
நடையைக் கொண்டிருந்தேன் பக்தியில்
சபரிமலை வழிப்பயணம் சிறந்து ஓங்கியது
சாஸ்தாவின் அருளால் அனைத்தும் சிறந்தது
பெரும் பாதை நடை பயணம் அங்கு
போற்றப்பட்டதாக இருந்தது அதில்
ஈடுபாடு கொண்டு மும்முறை முடித்தேன்
இயன்றவரை வருடம் ஒருமுறையான
கிரிவலத்தை தொடர்ந்து ஜயனை
அய்யனை அரவணைத்து நடந்தேன்
அதில் இருமுடி சுமந்தபடி சிறிய பாதை
ஏழுமலைச் சாரலை கடந்து இரண்டு நதிகளில்
குளித்த வண்ணம் பவித்ரம் பெற்று
கோட்பாடுகளுடன் சுவாமியை தரிசித்தேன்
இப்படியாக இறை சிந்தனையில் இனிதே
இன்பமுடன் பதினைந்து வருடங்களை
கழித்ததுடன, அடுத்து காவல் தெய்வம்
காலபைரவரை பூஜித்த வண்ணம்
ஆன்மீகத்தின் திளைத்த வண்ணம் பக்தி
ஆர்வத்துடனும் பதினெட்டு மாத
அஃடமிகளை பூசை சடங்குகளுடன்

ஆராதனை புரிந்த வண்ணமாக காலம்
கடத்தினே; கடைசி கட்டமும் ஆன்மீக
கடவுளின் உணர்வு கடந்து உள்ளுல்
காதலால் சிறந்து வளர்ந்து வாழ்வை வளர்த்தது
இப்படிப்பட்ட இனிய நினைவில் மறுபடியும்
இனிய இல்வாழ்கை துவங்க தொடங்கினே;
அதிலே ஆண்டவன் இருந்தது ஆராதனையும்
அன்புடன் கலந்திருந்தது இவ்வாழ்வாயிற்று
மறுபடியும் பழைய வாழ்க்கை என்பதில்
மாறுதலின்றி பற்றும் பற்றாமல் தொடர்ந்தது
ஆனால் இறைவன் என்னில் கலந்தது
அழகாக எடுத்துக்காட்டியது புனித வாழ்வை
காலம் செய்த கோலம் செய்த கோலம்
காண்பதெல்லம் விந்தையின் அதிசயம்
ஆனது என் வாழ்கையின் பொக்கிஃம்
ஆகவே மாறி உண்மை வாழ்கையில் வழிவகுத்தது
இறைவனுக்கு நன்றி என்பது சிறப்பு
இனிமை அதிலே உண்டு அனுபவித்தல் விழிப்பு
எதிலும் சிறப்புத்தனமை பெறுவது
என் வாழ்வின் சுவாரஸ்யமாகும்
விதியின் வழியா? இல்லை? ஊழைப்பின் சக்தியா?
விந்தை என்பது என் வாழ்வில் வளர்ந்தது
அருமையிலும் அருமையாகும் ஈண்டு
அருமையான வாழ்க்கை ஆன்மீகத்தில்

பொதிந்து பற்பல சிறந்த வழிகளுக்கு
போதிய வழிகளை நல்கியது புண்ணியம் தான்
இறைவனைத் தேடினேன் அலைந்து திரிந்தேன்
இறைவன் என்னுள்ளே இருப்பது உலகம்
இனிமையாக உணர்த்தி வழி காட்டியது
இச்சையின் வண்ணமோ? ஊழின் வலியோ?
ஊழுக்கு ஊழே சாட்சி உலகில்
ஊற்று பெருக்குக் கெடுக்க மழையே சாட்சி
கற்பக விருட்சத்தைப் போல் அருளும்
காணும்பேரெல்லாம் நினைவெணும் ஆறு
நீரோடைப்போல் பக்தி வெள்ளம் பெருக
நாளும் பொழுதும் அருள் வெள்ளம்
சீர்பெற்ற உள்ளமெல்லாம் உருக்கி
சிந்தையெல்லாம் அவன் அருளில்
இன்பம் வெள்ளம் என் வாழ்வில் பெருகி
இங்கிருக்க ஏங்கினாலும் இல்லை வாழ்க்கை
உடன் வந்தே ஈர்;க்கும் பொழுது
ஊழின் பெருவலிமை யாவுள என
எனக்கு எடுத்தியம் பி திரும்பி வா!
எடுத்தியம் பி ஈர்ப்பு பக்தியுடன் அனுப்பியது
என் உள்ளத்தே பக்தி பரவசம் பெருகி
எல்லா திசைகளிலும் ஒளி வீசியது
என் அருகாமை திரண்டவர் திறம் பெருவர்
எத்திசையும் புகழ் மணக்க வாழ்தல்

முத்திரை பதித்து திரும்பும் நிலை உருவாகி
மூவிரண்டு திக்குகளையும் வணங்கி
அஷ்டதிக்குளின் இலிங்கங்களை
அருளாசியின் தன் நினைவில் ஏற்றி
அங்கிருந்து தன் இருப்பிடம் செல்ல
அரும் பாடுபட்டு மீண்டு நாகம்
போல், வழியின் மிச்சத்தை பூஹத்தி
பூமணம பெற்று பொய்யான வாழ்வை
தொடர துணிவதைத் தவிற வழியின்றி
துண்னை தணித்து தலைகுனிந்த வண்ணம்
நூறாறு நினைவுகளுடன் இனிதே
நலமுடன் திருமபிபயது எத்துனை பெற்றது
யான் அறியேன் அண்ணமலை யானே
யாழிசையில் உன்னை நனைக்க உயர்ந்த
அருளை கொடு யான் விரும்பியதை
அன்றாடம் நிறைவை பெற வழி வகுத்துகொடு
நிறைவு தான் வெற்றி அதில் முழமைக்கு
நீட்சியுண்டு எத்திசையும் புகழ் மணக்க
இனிக்கும் இறைத்தன்மையின் சுவை
இனிமை ஞானம் என் வாழ்வில் தென்றலாய்
வீச அண்ணாமலையானுடைய அருளைப்பெற்று
வாழ்வின் இரகசியங்களை ஏற்கும்
எளிமையான சூழ் நிலையை நாடினேன்
எங்கும் எதிலும் அவர் அருள் ஞானம்

பெறவேண்டினேன் அங்கேயே நல்ல
பூரிப்பு கொண்டு, பக்தி எனும் இன்பம்
பெருக என்னுள்ளம் நாடியது
பொருந்தியதா? மாயை என்னை விழ்த்தியதா?
ஒன்றுமே புரியாமல் ஓய்ந்தாலும்
ஓம்கார ஓசை என்னை உயர் நினைவுக்கு
படுத்தி மறுபடியும் தரிசனம் செய்ய
பாங்காக அருணாசலரை ஊர்வல
ஜோதியாக என் அருகே நெருங்கி
ஜோதியில் என் உள்த்தை குளிரவைத்த
எங்கும் காணா இன்பம் முக்தித்தது
எளிய வால் விடுவதைப் போலானது
வரும் வராது வந்தால் நிலைக்காது
வாழும் சமயம் வந்ததை பற்றி கருகாள்
வசந்தம் போல் இதத்தை கொடுத்தாலும்
வாழும் காலம் உன்னத மாக்கம் வேண்டும்
வளம் பெருதல் என்பது வாழ்வில்
வளம் பெறவேண்டியது இறைத்தன்மை
வளர்ந்தால் வெற்றி கிடைக்கும்
வாழ்க்கை என்பது செல்வம் மட்டுமல்ல
வாழ்வில் முக்திக்கு வழிவகுப்பது
வாழ்ந்ததின் பயன் என்பதை உணர்ந்தால்
வாழும்கலை என்பது இறைதன்மை தான்
வாழ்தலின் பலனாய் எழுத்தாளர்கள்

வாழ்தலின் திறனால் முக்கிய வளங்கள்
வாழ்தலின் சாயல் வெற்றியின் ஏற்றம்
வாழக் கற்றல் வழுக்கி விழுந்தவன் இடம்
வன்மையாக அமைந்திருப்பது விதி.
வாழ்தாலும் வழுக்குதலும் மாயயின் வசம்
வெற்றி மீது வெற்றி பெறுவது மனம்
வெற்றிடத்தே உலக தோன்றியதும்
வெறும் சான்றிற்காக என்பதும் புதிது
வந்தவரை வரவேற்பது வாழ்க்கை
வராதவரையும் வாழ்த்தும் பேறு
வான் உயர வளர்ந்த பெருமக்கள்
வழிவந்த உயாந்த குணம் இது
வாழும் தெய்வங்களுக்காக இனிது
வேதாந்தமாயும் விளங்கும் பொழுது
வாழாவெட்டி மாதர்க்கும் மனிதர்க்கும்
வாழ்த்துகள் அமையுமா? அமையாதா?
வாழும் கடவுளே! எங்கிருக்கிறாய்
வந்தால் வணங்க் காத்திருக்கிறேன்
வழிவழியாய் வந்த செல்வங்கள்
விதியின் பயன் என்பதை யாரறிவார்?
வலிது, வலிது விதி வலிது உலகில்
வாழ்தால் தான் அரிது மாயையில்
வாழ்தல் எப்படி வேண்டுமானாலும் எளிது
வணங்குதல் அரிது வணங்கும் தன்மை

வழிவழியாய் பெருதலும் அரிது
வாழும் தமிழ் மண்ணில் மணக்கும்
வந்தே மாதரம் ஜொலிக்கும் ஒலிக்ரும்
வெங்காயம் உலக வாழ்வின் தத்துவமாகும்
வெற்றிடத்தை பெற்ற வாழ்வின் இரகசியத்தை
வீரமுடன் எடுத்துகாட்டுவது இனிதாகும்
வழி வழியாய் உருவத்தை இனிதே பெற்று
வெங்காயம் இல் வாழ்வை ஏற்கும்
வெறுமையில் இன்பம் என்பது உண்மை
வாழும் கலையை இனிதே அமைப்பது
வறுமையிலும் பெருமைபேறு பெற்றது
வீழ்ச்சியும் தாழ்ச்சியும் பெற்றவர்கள்
வாழ்க்கைக்கு உதாரணமாக திகழும்
வெற்றிட வெங்காயம் அற்புதத்திலும்
வேலைத்தாங்கி கண்களில் நீரை
வடியச்செய்யும், அழவும் வைக்கும்
விந்தை என்பது வெங்காயத்தில் உண்டு
வெங்காயம் என்பது மாபெரும் தத்துவம்
வியர்வை சிந்தும் உலகம் வளரும்
வளர்ந்து பரந்து கிடக்கும் ஆகாயம்
வாழும் கலையை எடுத்து ஆசிரியனைப்போல்
விந்தை பாடங்களை கற்பிக்கும் ஆசிரியன்
வாழ்த்துபாட வெங்காயம் வேண்டும்
வெற்றிக்கு வெற்றி என்பது சுழறச்சியில்

வெற்றியின் சுற்றுக்களை கற்பிக்கும்
வேற்றுமையில் வெற்றி இனிக்கும்
வாழும் உலகில் இதுதான் இரகசியம்
வாழ்த்தும் வாழ்க்கையும் வெற்றிடம்
வெங்காய தத்துவம் உண்மை தத்துவம்
திரும்ப்பி வந்தது பவித்ரமா, அபவிதரமா?
திட்டமாக ஆன்மிகத்திற்கு அபவித்ரம்
ஆனால் அன்மீகத்திற்கு அபவித்ரம்
ஆனாலும் பிறந்ததின் பயன் பவித்ரம்
பிறப்பு என்பது அரிது உலகில் அரிது
பிறந்தபின் கடமைகளை முடித்தல் அரிது
ஏன் பிறந்தேன் எதற்காக பிறந்தேன்
என்பது தான் உண்மையான கேள்வி
சாதி! ஏதாவது ஒன்றைசாதி
சாதிப்பது உலகின் நன்மைக்காக
என்பதை மாத்திரம் நினைவில் கொள்
எல்லாம் சிறப்பாக அமையும்
இது உண்மை உலகின் வன்மை
இதையாறியாது துணிதல் பயனற்றது
எல்லாம் இறை நிழலில் தான்
எள்ளவும் நிகழும் என்பதில் சற்றும்
சந்தேகமே இல்லை போகப்போக புரியும்
சாட்சியும் அதுவாகவே அமையும்
இருப்பதெல்லாம் இறைவனதாக இருக்க

இங்கிருந்து யார் இறைவனடி சேர்ப்பது
அதுதான் ஆசான் இறைவானாக
அன்பாக அரவணைக்க இருக்கிறார்
யோக சாதுக்களும் இதை அறிந்து
யோக சாதனையில் மூழ்குவர் இல்வாழ்விலும்
பிறவிக்குணம் என்பதுதான் உலகில்
பிறந்ததின் பயன் ஆகும், மூலமாக
இதுதான் தொடர்ச்சியின் உயற்சித்து
இம்மையின் மறுமை என்பது சுழற்சி
ஓசூரை வந்தடைந்தது மரகதாம்பாளை
ஓம்கார ரூபத்துடன் இணைந்ததை போல்
ஆனது, அன்பும் பண்பும் உடையதாயிற்று
அனைத்து திவ்ய தேசங்களையும் பார்க்க
அன்னையின் அருள் எனக்கு துணைபுரிந்தது
நூற்று எட்டு திவ்விய தேசங்களில்
நற்துணையுடன் எழுபதற்க்கு மேல்
பார்க்க நேரிட்டது என் புண்ணியம்
பரந்த உலகில் வைகுண்டம் இறையடி
சேர்தலே ஆகும் அது சொர்கத்தில்
சுயீறப்புடன் எனக்கு அமையும்
இதில் எனக்கு எந்த சந்தேகமில்லை
இதற்கு காரணம் என் இடது கண்ணில்
பெருமாளும் இலக்குமியும் அமைந்து
பெரும் அருளை எனக்கு அரளுகின்ற

வலது கண்ணில் சிவனும் சக்தியும்

வாழ்வது எனக்கு உயர்ந்த அதிருஃ;டம்

எனன பாக்கியம் செய்தேனோ?

என் நெற்றிக்கண்ணில் பிரம்மன்

சரஸ்வதியன்னையுடன் ஞானத்தை

சரளமாக வழங்கிய வண்ணம்

வாழ்ந்துக் கொண்டுதான் இருக்கிறார்கள்

வேறென்ன எனக்கு வேண்டும்

நான் இம்பூமியில் பிறந்ததின்

நல்ல பயன் கிடைத்ததனை நினைத்து

பூரிப்பை அடைகிறேன் அதுவும்

புவியின் அரும்பெரும் அருளை

எல்லாம் யானே பெற்ற உணர்வு

எங்கெங்கும் என்னுள் தொடாந்தது

இதனைவிட எந்த சொர்கம் இருக்கிறது

இந்த வையத்தில் யான் அறியேன்

என்னை வரவேர்க்க அன்னை தன்னுடைய

ஏழில் மிகுசிறு கர்பகுடி கோபுரத்திலிருந்து

வாழ்த்து தெரிவித்த வண்ணம் பரத நாட்டியத்தை

வெற்றியுடன் அருளியதை எண்ணி, எண்ணி

என்னையறியா இன்பம் என்னில் தவழ்ந்தது

ஏற்புடையதாக பேரின்பத்தில் மூழ்கடித்தது

நானும் அன்னை என்னில் அரங்கேற்றியது

நடனத்தை நினைத்து நினைத்து இன்புற்றேன்

அந்த நாளை அதாவது அக்டோபர் ஓம் நாளை

அழியாத நினைவு நாளாக்க அன்றிலிருந்து

ஒவ்வொரு ஆண்டும் அந்நாள் அன்பு

ஓம்கார நாளாக எனக்கு மாறியது

விழா என்பது சாதாரமாக இருந்தாலும்

வெற்றி விழா நாளாகவே அந்நாளை

மிகவும் சீரும், சிறப்பாக மாறியது சிறப்பு

மேன்மையுறும் நாளாகவும் ஆன்மீக

அருமை, பெருமை தனைபொழியும்

அன்பும் தாயின் சிறப்பு நாளாகவும்

திகழ்ந்து வளர்ந்துக் கொண்டே இருந்தது

தாயின் பரதம் சேயைப் போல வளர்ந்தது

முப்பது நினைவு நாட்களுக்கு பிறகு

முறையாக என்னுள் நழைந்த தைப்போல்

அன்னையின் அரவணைப்பின் காரணமாக

அந்த வருடம் முப்பதில் முக்தியில்

அரவணைத்து என்னுள் முக்தியானது

ஆன்மீகம் என்னுள் தழைதோங்கியது

அன்னையின் அரவணைப்பின் சிவனும்

அரையாக வலது புரத்தை எற்றது

எப்படி எடுத்துரைப்பேன் அறியாது

எழில்மிகு இடது பகுதியில் விஷ்ணு இலக்குமி அமைந்தனர்

நெற்றியில் பிரம்மா சரஸ்வதி அமர்ந்து

நேர்த்தியாக ஓம்கார சாதனை புரிகிறார்கள்

துங்கா பத்ரா நதியும் அணையும் என்னை
துய்மை அடையச் செய்து வழியனுப்பியது
போல் மரகதாம்பாள் சேத்திரத்தில் எனக்கு
பரம பவித்ரம் காத்திருந்தது அத்துடன்
அமைதியான இவ்வாழ்கை நடத்தி
அன்னை மரகதாம்பாள் ஆட்சியில் மூழ்கினேன்
மரகதாம்பாளுடன் அன்னை சரஸ்தியும்
மகா இலக்குமி சிறு சிறுமலைகளில்
அமாந்து மும்மலைச் சேத்திரமாக
அழகாக மாற்றியமைத்திருப்பது சிறப்பு
இம்மலைகளில் மும்மூர்த்திகள் சூழ
இன்ப வேதகானங்களும் அவரவர்களுக்கே
உரிய அர்சனைகளிலும் சஹஸ்ராரா
உயரிய மந்திரங்களுடன் திருவிழாக்கள்
சிறப்பாக நடந்து கொண்டுதான்
செழிப்பறச் செய்கின்றன் இச்சேத்திரத்தை
காசியைக்காட்டிலும் பவித்ரம் பெற்ற
கேதார சிவனும் இம்மலையில்
உயர்ந்து வளர்ந்தாகவும் இங்கு
உண்மையான காசி சேத்திரத்தின்
பவித்ரம் எங்கும் பரந்திருந்தாகியும்
பழம் முனிவர்கள் இதையே பத்ர
காசி என்று கருதி இங்கு வரவும்
காசி புனிதம் இங்கேயே பெற்றதாகியும்

இன்றும் பச்சை குளத்தை சாட்சியாக
இறையின் இன்பத்தை இதில் காண்கின்றனர்
மும்மூர்த்திகள் மத்தியில் மலையமர்ந்த மரகதாம்பாள்
மா முனிவர்களுக்கு வழி காட்டிய சேத்ரமலை
அன்னையே! நீயே முதலில் இங்கு தவம்
அன்புடன் முதலில் எற்ற இட மல்லவா?
இங்கேயே நீ வந்து இருந்த காரணத்தால்
இம்மலையுடன் துணை மலைகள் இரண்டும்
திருமால் மலை மற்றும் பிரம்மன் மலையாம்
அம்பாளினால் மும்முமலை மூன்று அரண்
ஆட்சிபுரிய மும்மூர்த்திகள் கீர்த்தி
இங்கு சிறப்பாக வெளிப்படுவது சுலபம்
இங்கு அபவித்ரம் என்பது பறந்தோடியது
நெருங்கவும் முடியாது ஒளி இருக்குமாம்
நெருப்பிருக்கும் இடம் இருட்டில்லை
இதைப்போல் இச்சேத்திரம் பத்ரகாசி
இன்றும் சிறப்புடன் வழங்கி வருகிறது
துணிந்து வரும் தீயவர்கள் இல்லாமல்
தூணில்லா கூரையைப்போல் ஆவார்கள்
தெற்கில் காசி உண்டானது போற்று தலாயிற்று
தென்நாடுடைய சிவசுப்பிரமண்யன்
ஆட்சிபுரிவது அவருக்கே உரிய சிற்பாகும்
அதனால் சிவபாலன் முருகன் தெற்கில்
மலைகளிலெல்லாம் தோன்றி, அருளை

மாண்புறச் செய்துக் கொண்டிருக்கிறான்
முருகன் என்றும் அழகன் என்றும்
மிகவும் பணிவுடன் ஆறுமுகத்துடன்
இரண்டிரண்டு முகங்களுடன் பார்க்கிறார்கள்
இதனால் மும்மலைகளையும் இரண்டிரண்டு
பார்வையில் பார்த்த வண்ணம் ஆறுமுகமாய்
பேரும் புகழும் பெற ஆரம்பித்தார் முருகன்
இதுதான் இச் சேத்ர பவித் தன்மையாகும்
இச்சேத்திரத்தை சுற்றி வேணுகோபாலர்
வேணுகானம் தெற்கே இசைத்துக்கொண்டு
வேண்டியவர்களை ஈர்த்த வண்ணம்
திகழ்வது இச்சேத்திர பெருமை ஆகும்
திசைகளின் கிழக்கே இச் சேத்தரத்திற்கு
பெருமை தனைச் சேர்க்க பாதாளகங்கையும்
பழம் பெரும் சிவன் கோவில் பாதுகாக்கிறது
மேற்கில் ஒரு சிறப்பான கோட்டை
மாரியம்மன் கோவிலுடன் மற்ற
தெய்வங்களுடன் இடம் பெற்றுள்ளது
தென்னகத்தமிழக்குடி நாட்டிற்கும்
சிறப்பு சேர்த்தது இந்திய நாட்டின்
சீரின்மை திறத்தை வெளிப்படுத்தும்
வடக்கே பெருமாள் மயலயும் அமைந்து
வாழ்த்து பாடுவது அன்னையின் பெருமை
தெற்கே பிரம்மன்மலை சூழ்ந்து

தேனாக ஓம்கார சேத்திரமாக
ஒளிர்வது ஒதூர் சேத்திரத்தில் பவித்ரம்
ஓம் காரத்தில் மூழ்குவது பெருமை
காரணம் மும்மூர்த்திகளின் அருளை
கானகத்தில் மும்மலை மும்மூர்த்திகள்
அமர்ந்தின் அருமை பெருமை
அமைதியின் சூழ்நிலை இச்சேத்திர
பக்திமயத்தின் மரகதாம்பாள்
பரமனை கைலாயத்திலிருந்து இங்கு
வரவழைத்து நிலைக்க வைத்த அருமை
வாழும் உயிர்களுக்கு முக்தியின் பெருமை
இறந்த உயிர்களின் பிணங்களின்
இம்மையிலேயே மணக்க வைக்கும்
இச்சேத்திரம் எழில் மிகு இயற்கை
இயல்பில் காட்டின் செல்வமிக்கது
மும்மொழிகளின் பெருமை கொண்டது
மூதாதையர்களின் அருமை இயம்புவது
மரகதாம்பாள் குளித்த ஊற்று பசுமை
மாறா கைவண்ணம் பெற்று காட்சியாக
பச்சைக்குளமாய் வருடம் ஒருமுறை
பிரை சந்திரனாய் ஈர்க்கும் மலை
இம்மலை மத்தியில் இனிமை சேர்க்க
இயல்பில் வலது புறம் பெருமாளைக்
கொண்டு இடதுபுரம் பிரம்மனை ஏற்றது

கொண்டாட்டங்களின் பேருன்மையாம்
முழுமையில் ஓம்கார ஸ்ரூபமாகும்
முகத்திக்கு முன்னோடியாக திகழ்ந்து
பெருமை சேர்க்கும் இச்சேத்திரம்
புனிதத்திலும் புனிதம் கொண்டு
ஒற்றுமையின் ஒங்கார சுரத்தில்
ஒயாமல் முக்தியை வழங்கும் தன்மை
இச்சேத்திர மகிமையாகும் தீயவர்களை
இனிதே அகற்றி விடும் இதன் தன்மை
இயல்பிலே இருந்த வண்ணம் நிலைத்து
இமைக்கும் பொழுது இறைவனடி சேர்க்கும்
புண்ணியத்தை நல்குவது இயல்பல்லவோ?
பூரணசந்திர நாளில் விழாக்கோலம்.
கொள்ளும் வருடம் ஒருமுறை
கொண்டாடும் பழைய நினைவுகளல்லேவோ!
சத்தியம் முழு மனதிற்கு எட்டினால்
சான்றாக அறிவுக்கு எட்டியவனாவாள்,
மரகதாம்பாள் இச்சேத்திரத்தில்
மாபெரும் அரிய பொக்கி:சத்தியம்
நான் பரமாத்மா என்னும் பாவம்
நாட்டியமதில் எனக்கு ஊட்டிய
பேரமுத எங்கள்தாள் மரகதாம்பாள்
பொய்க்காதா ஊற்றென போற்றப்படுபவர்
நான் யார் என்பதனை இப்பிறவியில்

நன்கு உணரவும் அறியவும் வைத்த
நாட்டிய பேரருளாய் என் கனவில்
நல்ல தொரு காட்சியை அருளிய
அம்மன் மரகதாம்பாளுக்கு ஈடுண்டோ?
ஆதரவற்ற நெஞ்சத்திற்கு அருளை
பெருக்கெடுத்து ஓடவைத்த உன்பெருமை
பொழிவது எப்படி யான் அறியேன்
ஆத்மனுக்குள் அருளுக்கு அருளாய்
அன்பிற்கு அன்பாய் அன்னையாய்
ஒளிபிறகு அன்பாய் அன்னையாய்
ஒளிபொருந்திய தாயேனன் உயிரே!
ஓம்கார ஸ்ரூபிணி மகேஸ்வரியே!
உன் பொழுது எப்பொழுதும் என்றும்
உயரிய உன் இருதயம் நமச்சிவயமல்லவே?
பரிபூரண ஒளிபொருந்திய தாயே
பரிபூரனனில் பாதியை ஏற்ற அன்னையே!
ஈண்டு எழில் பொழியும் மும்மலையில்
இம்மத்திய உயர்வின் ஈர்ப்பில்
துணிந்து தியானம் - பயில வந்தனயோ
துணைவனையும் அதனால் ஈர்த்து
உடும்பின் விளையாட்டில் இடத்தை
உண்மை வாழ்வினில் பெற்றனயோ
உன்பெருமையும் திருவிளையாடலும்
உலகம் அறியுமா? ஊண்மை உயர்வில்

ஆணையையும் நிகழ்ந்ததையும்
அழியாமல் இயற்கையை காக்கும்ள
என்பதில் எள்ளவும் சந்தேகமில்லை
எடுத்தியலாது நினைவிலாவது நிற்கும்
இது இயற்கை இயற்கையாய் வந்த
இயல்பின் நினைவெழத்துகள் உலகில்
என்றும் அழயாது நியீலை நிறுத்தும் திறன்
என்றால் மிகயாகாது இது இப்படித்தான்
இத்தளத்திலே மும்மலையின் சிறப்பில்
இறைவன் சிவனின் பொருளும் அற்புதம்
"நமச்சிவாய" மந்திரம் உலகின் ஒளி
நாளும் நம் ஆத்மன் ஒலிஜெலிக்கும்
மந்திர முதல் எழுத்து 'ந" என்பது
மாபெரும் கர்வத்தை அழிக்க வல்லது
"ம" என்னும் இரண்டாம் எழுத்து
முனதின் அசுத்தங்களை அகற்றும்
"சி" என்னும் மூன்றாம் எழுத்து
சிந்தையில் உலக உயிர்களின் நிலை அழிவு
என்பதை நன்றாக எடுத்து இயம்பும்
எங்கும் சிவமயம் என்பது உறுதியாகும்
"வா" என்னும் நான்காம் எழுத்து சக்தியம்
வாழ்வின் ஆதாரத்தை "சக்தியை" நினைவூட்டும்
"ய" என்னும் சிவனின் கடைநிலை

எப்பொழுதும் உயிர் போகக்கூடியது

என்னும் சித்தாந்தத்தை அறிவுறுத்துவது

எளிதில் "நான்" ஆத்மா என்னும்

நிலையை நிலைநாட்டும் அண்டம் முழுமையும்

நீண்ட பெருவானம் மாயை என்பதை நிலை நாட்டும்

சுயநலம் என்பது மிகவும் சூட்சும்மாகும்

சூழ்ச்சியும் அதனால் அமையும் என்பதில்

ஆச்சர்யம் என்பது ஒன்றும் இல்லை

அதனால் அமைவதும் ஆயிரமாயிரம்

உலகில் பற்பல உறவுகள் உண்டு

உயிரின் உயிரில் கலப்பவர் ஒருசிலர்

இதில் பொதுவாக கணவன் மனைவி அமைவர்

இன்னும் சிலர் கூடுவதில் அதிசயமில்லை

உண்மையில் முதல் சூத்திரம் அன்னையும்

ஊடுருவும் பிதா என்பவர் இரண்டாவதுமாகும்

இதில் எந்த பேதமுமில்லை இது இயற்கை

இயற்கையும் இதற்கு ஒத்து ஊதும்

இல்லாது மறைவன் இதற்கு சாட்சி ஆகும்

இங்கும் எங்கும் பரந்த பரமாத்மன்

சூத்ரங்களில் பிறந்ததின் சாரம் அரிது

சூழ்நிலை எனும் விதியை ஆராய்தல்

அன்றும் இன்றும் தொடர்ந்து நடத்தல்

அதிசயம் இல்லை உன்னை நீ அறிவாய்

மானிடா! உன்னால் முடியாது ஒன்றுமில்லை

மனிதனுக்கு மட்டும் உலகில் ஆறறிவு
ம்ட்டும் கொடுக்கப்பட்டிருப்பது ஒரு
உயரிய காரணம் தெய்வத்தன்மை
பெறுவது என்பது காட்டில் தவம்
பெற்றவர், ஏற்றவர் அறிவது உண்மை
ஆத்மா தான் உலகின் உன்னத புனிதம்
அறிய முயற்சிப்பவர் இறைவனடி சேர்வர்
அறியாமூடர்கள் மாயையில் மூழ்கி
அல்லல் பெறுவுது உலகின் நியதி
அன்னையின் அருளால் ஆதரவை
அன்புடன் பெற்ற ஓதூர் வாசியானேன்
காரணம் அன்னை மரகதாம்பாள் ஆட்சி
கனிசமாக நிறைந்தது மத்தியமலையிலிருந்து
இதன் ஈர்ப்பு எல்லா உலகிற்க்கும் உண்டு
இதனை எல்லா தேவர்களும் அறிவர்
இதற்க்கென்றே ஒரு திருவிழா தேரோட்டம்
இங்கு அம்பாளுக்கென்ற தனித்தேராகும்
எல்லாவற்றிற்கும் முன்னோடி மூலைத்தேர்
எழில்மிகு விநாயகர் அதில் வலம் வருவாஇர்
அவரின்றி அத்தேரில் ஒன்றமில்லை
அவரின்றி வழிகாட்டி இல்லையேல்,
எந்த தேர் திருவிழாவும் நடை பெறுவதில்லை
எம் மகிழ்ச்சி உறவுகளும் இல்லமல் போகும்
கொண்டாட்டங்கள் எல்லாம் தேரின் மூலம்

கொடிக்கம்பங்களும் அதன்மூலம்

அமையும் என்பதில் அழகை சேர்க்கும்

ஆனந்தமும் அழகும் பெற்று சிறக்கும்

அவ்வூர் எல்லா எல்லைகளும் சிறக்கும்

ஆங்காங்கே தண்ணீர் பந்தல்களும்

அழகாக அமைககப்பட்டு அன்ன

ஆடசிதானங்கள் பற்பல குடும்பததினர்

தொடர்ந்து வருடா வருடமும்

தான தருமாக செய்து வருகின்றனர்

கல்வி ஸ்தாபனங்கள் ஊரின்

கூட்டு மகிழ்ச்சிக்காக விடுமுறை

விட்டு திருவிழாவை வெற்றிபெற

விழைவது வழக்கமாக கொண்டனர்

அனைவரின் மகிழ்ச்சியும் விழாவின்

அன்றைய திருவிழாவின் பலனாகும்

பச்சை குளம் என்பது பழமை வாய்ந்தது

பச்சை நிறத்தைக் கொண்டு நீரெல்லாம்

மரகதாம்பாள் களித்த காரணம்

மாசற்று தன்நினைவிற்காக பசுமை நிறத்தை

ஏற்றது, இன்றும் நினைவில் வரும்

ஏழில்மிகு ஏற்றம் தரும் பெரிய குளமா

வருடம் ஒருமுமை மின் விளக்குகளுடன்

வளத்துடன் ஒளி பொருந்தி திகழும்

இறைவனும் இறைவி மரகதாம்பாளும்

இனிதே ஒளிமயமாக தெப்பத்தில்

வருவது கண்குளிரா காட்சியென்று

வருடத்தின் முற்றிய பலனாக திகழும்

இதன்பலன் இறைவியும் இறைவனும்

இறங்கி வந்து மக்களுக்கு அருள் பொழிவது

இத்தேர் திருவிழா ஒன்றில் தான்

இதனை ஏற்றக அக்கம் பக்கம் ஊர்

மக்கள் அனைவரும் மகிழ்வுடன்

மாபெரும் விழாவாக பெருமிதம்

கொண்டு தவராமல் விழாவை

கேட்டுத் தெரிந்து மகிழ்வது வழக்கம்

இத்திருவிழா மூன்று நாள் முதல்

இனிய ஐந்து நான் வரையிலும் சிறப்புறும்

இங்கு கூடுபவர் அனைவரும் மகிழ்வில்

இனிதே மூழ்க இன்பம் கொண்டு

இதை தவிர்க்காமல் பார்ப்பது வழக்கம்

இது ஊருக்கு பெரிய அரிய பெரிய மகிழ்ச்சியாகும்

ஊருக்கு மகிழ்ச்சி என்பது தேராகும்

உடலுக்கு மகிழ்ச்சி என்பது ஆத்மனாகும்

உண்டென்பது உயிருக்கு இன்பம்

உலகுக்கு பரமன்தான் இன்பம்

ஊழ் என்பது உடலுக்கு உண்டு

உண்மை என்பது வையத்தில் வேண்டும்

உண்மையும் வன்மையும் வெற்றியை

உலகில் சுலபமாக பெற்று கொடுக்கும்
உலகுக்கு பரமன்தான் இன்பம்
ஊழ் என்பது உடலக்கு உண்டு
உண்மை என்பது வையத்தில் வேண்டும்
உண்மையும் வன்மையும் வெற்றியை அருளும்
உலகமும் வாழ்வும் சூத்திரங்களினால்
உந்தும் வண்டிகளில் உலகம் தெரியும்
உழலும் மாயையினால் அனைத்தும்
ஊழாக இல்லாமல் அகலும்
ஊரெல்லாம் மகிழ்ச்சியில் மூழ்குவது
உயரிய விழாக்கோலம் கொள்வதால்
ஊழை உழைப்பாக மாற்றினால்
ஊன்னுடைய ஆத்மன உனக்கு தெரியும்
ஊழை அகற்ற ஒருவழி ஆத்மனாகும்
உழலும் மாயை அகற்ற உலகில்
உழைத்தல் வேண்டும் ஆன்மனுக்காக
உழைக்காது போனால் மாயைதான்
உண்மை நண்பானாவது உறுதி
உலகத்தை நம்புவது நன்றன்று
உண்மையை அறிவது சாலச்சிறப்பு
உண்மையில் தாயும் தந்தையும் இழக்கும் பொழுது
உலகமும் உடலும் உன் கையில்
உன்னால் ஆத்மன உறவாகும்
உயரியபரமன் உன்னுள் தழைப்பான்

என்னுள் இருந்து ஆத்மனை எழுப்பினே;
எழுந்தபோதெல்லாம் பரமாத்மனை
பார்த்ததெல்லாம் என் விதியின் பலன்
பரமாத்மனிடம் நெருங்குவது அதிசயம்
அதுதான் உலகை விடை பெற வைக்கும் வழி
அதன் பலன்தான் ஆத்மனின் வெற்றி
அதற்காக ஆயிரம் வழிகள் உண்டு
அன்றும் இன்றும் மாயையில் மூழ்கியவர்
ஆயிரம் ஆயிரம் பேர்கள் உலகில் உண்டு
அவர்கள் பிறவியும் கூடிக்கொண்டே
இருப்பது உலகின் விந்தைகளாம்
இவ்வுலகின் தன்மையில் வேரில்லை
பிறப்பு மற்றும் இறப்பு என்பது உலகின்
பிரழா குணமாகும் இவ்உலகில்
இதிலிருந்து விடு-பட வேண்டும்
ஆத்மனின் துணை பெற்று புனிதமாக
போராடவேண்டும் அதன் பலன்
பேரானந்த பரமானந்தமாகும்
பரமாத்மனும் கண்ணுக்கு தெரிவான்
பாதையும் சிறப்புற அமையும்
நானே பரமாத்மன் என்னும் பாவம்
நாளும் பொழுதும் சுழன்றால்
ஆத்மன் கட்டுக்கடங்கா சக்தியாகும் புரியும்
ஆத்மனை உள்ளவாங்கவும் வெளிப்படுத்த

புழகினால் பரமாத்மன் பலன்
பாங்காக அறிவுக்கு எட்டும்
அங்ஞானத்தின் மூலம் செயல்களாம்
அதிலே மூழ்க மறுபடியும் விதிவசம்
என்னை வாழ்வின் மீதியை முடிக்க
எழில் மிகு சூழ்நிலை மீண்டும் ஏற்படுத்தியது
எல்லாம் இறைமயம் என்னுள் தொடர்ந்து
என் வாழ்வில் ஆன்மீக வாழ்க்கை
வாழ வழிவகை செய்து தொடர
விநாயகரையும் வணங்கி ஆன்மீகத்தில்;
வாழும் வாழ்க்கை வளம் பெறுதல்
வீணாகாமல் போக அத்துடன் தொடர்ந்தேன்
அரசு தொழிலில் வேலை செய்தாலும்
ஆண்டவனை மறக்காமல் இருக்க
ஆன்மீக வழியில் தொடரவும் துணிந்தேன்
அண்ணாமலையாரின் கிரிவலத்தை
பௌர்ணமிகள் தோறும் தொடர்ந்தேன்
பற்பல கிரிவல் அஷ்ட இலிங்கங்களை
கண்டு அவைகளின் முழுபலனையும்
கரை காணா விதத்தில் பெற
ஆரம்பித்தேன் அதுவும் தொடர்நதது
அண்ணாமலையாரின் அருளும் வளர்ந்தது
நான் செய்த உண்மை பக்த்தியின்
நற்பேறு என்றே கூறலாம்

நூற்றுக் கணக்கில் பௌர்ணமிகள்
நன்றாக பலனுடன் வளர்ந்தது
வாழ்கைக்கு வாழ்க்கையும்
வழிகளும் பற்பல தொடர்ந்தேன்
நான் பெங்களூரில் இருக்கும்
நற்சமயம் ஐயப்பசுவாமி விரதத்தை
பதினைந்து முறைகள் கண்குளிர
பறந்து தரிசித்தேன் அதில் என்
துணைவியை சிறுபாதை வழிமூலம்
தேனாக ஐயப்பனை கண்டோம்
மும் முறை சவாமி ஐயப்பனை
மணமார இல்லரம் நல்வர மாக்க
கண்டோம் வாழ்வின் பெருமையும்
களிப்புடன் கால பைரவரைப்
பெற்று எல்லா நலன்களுடன்
பிழையின்றி உண்மை ஆன்மீக
வாழ்க்கை வளம் பெற்று சிறந்தது
வறுமையற்று வாழ கர்நாடக
அரசின் அருளினால் தொழிலை
அன்புடன் பெற்று இல்லரத்தை நல்லரமாக்கி
உயர் ஆன்மீகத்தையும் இறைவன்
அருளினால் சிறப்புடன் உச்சமுடன்
தொடர்ந்தது என் அதிருஷ்டமே அருளியது
தேனாக இனிக்க செய்தது

கன்னடத்தையும் சரஸ்வதி அன்னை
கருணித்த காரணத்தால் சக்தியைப்
பெற்று தலை நிமிர்ந்து வாழ்ந்தேன்
பெருமையும் பெற்று அரசின்
ஆட்சி; மொழியையும் பெற்று
அருள் வெள்ளமாய் பென்சனையும்
என்வாழ்வில் தொடர்ந்து பெற
என்விதிவசம் ஒளி வீசவும்ஜ
ஆரம்பித்து தொடர்ந்தது நிம்மதி
அழியாமல் இறைவனைப் பெறச் செய்தது
அன்னை மரகதாம்பாள் அருளாசியினால்
அன்றிலிருந்து குடும்ப நல நலனை சரி
செய்ய முயற்சித்து நில புலன்களை
சிறப்புடன் வாரிசுகளுக்கு அளித்து
விடுதலை பெறமுனைந்தேன் ஆன்மீகத்தை
விடாது தொடர்ந்து அதில் மூழ்கினேன்
வீட்டையும் சிறப்புடன் அமைத்தேன்
வெற்றியும் விதிவசம் அமைந்தது
எனகென்று பென்சன் ஒன்றுதான்
என்னைக் காப்பாற்றி தொற்றிக்கொண்டு
நற்காலத்தை உருவாக்கியது
நான் ஓய்வெடுக்க இருந்த அண்ணாமலையான்
நிழலில் ஏன் இருப்பிடம் பெறக்கூடாது
நாட்டின் உயரிய ஆன்மிகத்திற்காக

என்று நினைத்தேன் அண்ணாமலையார்
எளிதாக கிரிவலப்பாதையில் சிறு
நிலத்தை நான் பெற அருளினார்
நன்மைகளையும் தெடர்ந்து பெற
துணை நின்றது, யான் பெற்ற அதிருஷ்டம்
தூணைப் போல் அதனைப்பற்ற நினைத்தேன்
அத்துடன் என் மகனின் இச்சையினால் ஆன்மீகத்தை
அழகாக எழுதவும் ஆரம்பிக்க தொடங்கினேன்
அன்னை மரகதாம்பாள் உடன் இருக்க
ஆறுதலாக எழுத்துக்களும் கற்பனைகளும்
பெறுக்கெடுத்து ஓடியது எழுதினேன்
பெருமையாக படித்த அனைவரும்
பாராட்டி எழுத தூண்டினர் பிறகு
பண்பாகா துணையும் நிற்க முனைந்தனர்
ஏனோ தானோ இயல்பாக பண்டிகைகள்
எங்கள் சூழ்நிலையில் ஏற்புடையதாக
இருந்ததை என்னால் மறக்க முடியவில்லை
இயன்றவரையிலும் பேதமில்லாமல்
எல்லா பண்டிகைகளையும் கொண்டாடினோம்
எப்படி நடக்கும் என்பது அதன் சூழ்நிலை தான்
இயல்பாக சிறப்பாகவே அமைக்கும்
இடையிலும் கடைசியிலும் எண்ணனால்
இதையெல்லாம் எங்களால் தான்
இயன்றதா? இப்படி சிறப்பாக நடத்த

முடியுமா என்பதை ஆச்சர்யப்பட
முடியாமல் முடிக்கும் இதுதான் நிலை
என் நிலையும் அதுதான் விந்தை
எப்படி இவனால் இப்படி நடத்த
சாத்தியமானது என்று நினைக்க
சாதாரணமாக தோன்றுவது வழக்கம்
இறைவன் என்னுள் நிலைத்து எப்பொழுதும்
இயன்றளவு மாரி நடத்ததி வைக்கிறார்
அவரால் முடியாதது என்ன இருக்கிறது
ஆனால் அவர் பக்தர்களை சோதிப்பது
மிகவும் அதிசயமாக இருக்கிறது
மாண்புறச் செய்வதாவும் இருப்பது
அரிதும் பெரிதும் ஆகி பயிர்ப்பிக்கும்
அதுதான் இறைவன் தாங்கும் நிலை
இதுதான் என் வாழ்வில் தொடர்ந்து
இனிமையாக என் வாழ்வில் நடந்துக்
கொண்டிருப்பது விநதையாக இருந்தது
கொண்டாட்டங்களிலும் கொண்டாட்டமாக
சாதாரணமாக இருந்தது அவனருளால்
செய்யும் செயலும் ஓம் காரமானது
இவ்வூர் எவ்வூர் என்னை என் ஆன்மீகத்தில்
இச்சைக் கேற்ப நுழைத்து என்பது
மும்மலையூரின் ஆதிசயம் ஒசூராகும்
முழுமையை ஏற்று ஓம்காரம் பொங்கும்

அதிசயத்திலும் ஆதியை தொடும்
ஆட்சியிலும் என்றும் பக்திமனம் வீசும்
ஒளிமயம் ஓங்கும் தன்னலம் பெரும்
ஓம்கார ரூபத்ததின் மும்மூர்த்திகள்
அருள் வெள்ளம் பெருக்கெடுத்து
அன்புடன் பக்தி வெள்ளமாய் பரவும்
சக்தியும் அறிவுக்கு எட்டி ஓம்காரத்தில்
சாட்சியாக நுழைந்து மும்மூர்த்திகள்
ஒளி பெறுவுது சத்தியத்திலும் சத்தியம்
ஓம்காரத்தின் அதிசயம் இங்குபுரியும்
தவவலிமைக்கு சிறந்த இடம்
தாய் மரகதாம்பாள் அருள்மயம்
இங்கு எப்பொழுதும் அழியா வண்ணம்
இனிமையாக எப்பொழுதும் பொழியும்
ஓம்காரத்ததின் மூலம் பிரம்மவிஷ்ணுகு
ஓய்வாக பக்தர்களை ஆட்கொள்வர் வா
ஓம் ரீம் க்லீம் ஸ்ரீம் மந்திர ஒலி
ஓம்காரத்துள் இவ்வூரில் ஜொலிக்கும்
இதன் மகிமையை அறிதல் அரிது
இங்கு முக்தியின் அருகதையுடைய
பெருமக்கள் முழு பக்தியுடன்
பெரும் பேறு பெற்று முக்தி அடைவர்
அதனால் தான் காசியை விட
ஆட்சியில் ஒரு மடங்கு பெரிதாம்

பக்தியின் மூலம் முக்தியை அருளும்

பழம் பெரும் ஊர் ஓதூராகும்

ஒரேநேர்க்கோட்டில் மூன்று மலைகளும்

மத்தியில் சிவசக்தியும்

அடுத்து இரமண இலக்குமிமலையும்

அதற்கடுத்து பிரம்மமலை சரஸ்வதியுடன்

ஞானத்தின் சின்னமாய் அழகின் ஒளியாய்

ஞாலத்துள் ஒரு சிறந்த ஊராக

திகழ்வது இவ்வூருக்கு பெரும் சேர்க்கும்

தமிழுக்கு அமுதாக ஏற்பவர்கள்

அன்புடன் எற்கும் தனி வலிமை பெரும்

ஆன்மீக பக்திக்கோர் சிறந்த இடம்

இவ்வூரின் ஓம்கார மகிமை பெற்ற

இம்மலைகளின் பெருமையை என்னென்பேன்

இறைவா! என்னை இங்கு பிறக்க வைத்து

இறையருளை தென்னக மெங்கு பரவவைத்த

மரகதாம்பாளின் தவ வலிமையையும்

மாட்சிமையையும் அறியவல்லவர்

யார் என்பது இம்மண்ணை மிதித்தவர்

யாரே ஆயினும் அருளைப் பெறுவர்

அதனால்தான் காசியை விட ஒரு

அருள் வீசம் பெரிதாக கருதப்படுகிறது

அறிந்தவர்கள் ஆர்பரித்து இங்கும்

ஆர்வமுடன் அன்னையை நோக்கி வருவர்

காரணம் அன்னையின் தவ வலிமை
கண்ட இவ்வூருக்கு பெருமைதான்
அன்னையின் மூலம் சிவன் கைலாயத்திலிருந்து
ஆன்மீகத்தன்மையை பொங்வைத்தார்
காசியின் சிறப்பை எற்ற கனிவாக
கேள்விகள் பலவற்றிற்கு விடையளிக்கும்
இம்மும்மலைகளும் அன்னை மரகதாம்பாள்
இச்சையின் மூலம் உண்டானது எனலாம்
இங்கிருக்கும் மொழிகள் மூன்றாகும்
இதில் தனித்தியங்கும் தமிழ்தான் சிறப்பு
எம் மொழியயையும் சாராமல் தனித்தியங்கும்
எழில் மிகு எற்றம் பெற்ற மொழிதான்
தன்னகத்தே எல்லா இலக்கணங்களையும்
தழைத்தோங்க பெற்ற மொழிதான் தமிழ்
இங்கிருக்கும் கன்னடமும் தெலுங்கும்
இசைவை ஏற்ற மலையாளமும் மும்மொழியாம்
இவைகள் தான் இங்கு ஆதிக்கம் பெற்று
இன்றளவும் நடபுள்ளத்தில் நிலவும்
பெரும் மும்மொழிகளும் சமஸ்கிருத
பேருண்மை சாரும் மொழிகளாகும்
அவைகள் சமஸ்கிருதத்தை சார்ந்தவை
ஆனால் மலையாளம் மட்டும் நம்
தமிழை சார்ந்து நிலைத்து புகழ் பெற்றது
தானாக நிலைத்து நின்று வாழும் தன்மை

தமிழ் மொழிக்கு உண்டு ஆனால்
தமிழுக்கு இணை தமிழே ஆகும்
மற்ற கன்னம், தெலுங்கு மலையாளம்
மேன்மையுறும் தமிழ்மொழியுடன்
சமஸ்கிருத மொழியுடன் இணையும்
சிறப்பை பெற தழைத்தோங்கும்.
மாபெரும் கோவில்களும் கோபுரங்களும்
மேன்மையுறும் தமிழுக்கே உரியது
தான் இப்படிப்பட்டது என்று அறிந்துகொண்டால்
தமிழே தங்களை உயர்த்தும் முக்தி அருளும்
தமிழ்தான் சக்தியம் தமிழ்தான் தவம்
தானமும் கருணையும் தமிழ் என்றால்
தரணியில்   ஞானம் பெற்றவன் அவன்தான்
தாழ்ச்சியும் நீட்சியும் இது இல்லை
தமிழன் என்றால் ஞானம் பெற்றவன்
திருக்குரளை பண்பாக கொண்டு வாழ்பவன்
தாய்க்கு நிகராக ஏற்று வாழ்பவன் தமிழ்தாய்
தாய்த்தனபாலை அமுதாக அளிப்பாள்
தனக்கு தான் தாயாகும் பாக்கியத்தை
தழைக்கும்படி அருளிய கணவனை
தாய்க்கும் மேலாக கணவனை நினைவில்
தழைக்கும் படி செய்வாள் மனைவி
தாயிற்சிறந்த கோவிலுமில்லை
தந்தையிற் சிறந்த மந்திரம் இல்லை

தான் இப்படிப்பட்டவன் என்று
தன்னைத்தான் அறிந்தவன் பரமேஸ்வரன்
தவத்தில் சிறந்த ஞானி என்பதில் ஐயமில்லை
தருமம் ஓங்கும் "தத்துவமசி" என்னும்
தன்னில் ஒளியை ஏற்ற ஞானம்
தழைத்தோங்கும் தீமை அழியும்
தான் என்பது எமனாக மாறும்
தமிழ் என்னும் அமுதால் தாய்மை
தாழ்வின்றி பெருமை பெறும்
திருக்குரளும் என்றும் துணை நிற்கும்
இதே தத்துவம் எனக்கு அண்ணாமலையார்
இனிய நிழலில் எனக்கென்ற சிறு
நிலம் ஒன்றை அருளச் செய்தது
நான் பெற்ற முகத்தியின் சின்னமாமம்
எத்தலத்திற்கும் மூலம் அருணாசலம்
என்பதை மும்மலையும் ஒன்றுகூடி ஒதூரை நினைவுறுத்தியது
அண்ணாலையாய் அழகாக நின்று
அருணாசலத்தின் கீழ்புறம் இந்திரன்
இருந்து உன்னை துதிக்க தென்புறம்
இமயன் குன்றிலிருந்து வணங்குவது
மேற்புறம் வருணன் கைகூப்பி
மாண்புரகைகூப்பி பணிவது
இம்மலையின் அருளாசியாகும்
இம்மலை வடதிசைக் இன்றிலிருந்து

குபேரன் தோத்திரம் செய்வது நமக்கு
குந்தகமில்லா அருளை வாரிவழங்குதாகும்
முற்றதிர்க்குள் நான்கும் இருக்கின்ற
முலைகளில் தங்கின வாயு, அக்னி
ஈசான்யம் நிருதிகள் வணங்குதல் சிறப்பு
இவை சுற்றிச் சுற்றி உள்ள மலைகள்
தேவர்களும் சித்தர்களும் அஷ்டவசுக்களும்
தங்கி இருந்து இறைவனைப் போன்றுகின்றனர்
இத்தலத்தின் மகிமை ஒருமலையில்
இருந்து தேவாமிர்தம் போல் மும்மலையின்
அருளை வாரி வழங்குவது சமாதிநிலைப்போன்றது
ஆழ்ந்து உரைக்கும் வேதத்ததிற்கு ஒப்பாகும்
வேள்வி, தியானம், யோகம் என்றும்
வேத்திற்கு ஒப்பாகும்; மரகதாம்பாளுக்கு ஈடாகுமா?
அண்ணாமலையா? இங்கு சந்தரதூடேஸ்வரர்
அருளை வாரி வழங்குவதில் மரகதாம்பாள்
அன்னையின் தவத்தை நோக்கி கையலாயத்திலிருந்து
அப்பன் சிவன் முதலில் வந்து சேர்ந்தாயிற்று
அடுத்தார்போல் விஷ்ணு பகவான்
அன்னை இலக்குமியோடு இரண்டாம்
மலையமர்ந்து காக்கும் தொழிலை பார்த்தார்
மாபெரும் சீர்திருத்தம் இவரில் நீண்டன
படைக்கும் தொழிலில் வீற்றிருக்கும்
பிரம்மன் தெற்கே மூன்றாவது மலையில்

மும்முர்திகளோடு ஓம்கார முழுமையில்
முழுமை பெற்ற நிம்மதியுடன் தன்னிலை
கண்டு சிவனைக்காண அருகாமையில்
காண இயற் இயற்கையில் மூழ்கினர்
சிவனும் தன் சிந்தையில் சக்தியை
சிறப்பாக அங்கேயே இருக்க விடுத்து
யோகவாழ்விற்கு இவ்விடத்தில் ஈர்ப்பை
யாரும் காணா அளவில் பெருக்கினார்
விஷ்ணுவும் ஓம்காரத்திற்கு முழுமெயை
விண்ணும் மண்ணிலும் ஓங்கச் செய்
மூன்றும் ஒன்றாக சிறப்பு பெற்று
முழுமையை எல்லாமுமாக காக்குமா?
ஓம்கார நாதத்தில் இம்மண்ணம நணைய
ஓம் உணர்வு வளரும் பேறு இவ்விடம் பெற்றது
இதைத் தவிரவே ரெண்ண வேண்டும்
இங்கு பிறந்த உயிர்களுக்கும் மற்றவர்க்கும்
இறைவனும் இறைவியம் அற்புதங்களை
இன்றுவரை நிகழ்த்திய வண்ணம்
வாழ்ந்து வருவது இம் மண்ணில் இனிமையும்
வாழும் சிறப்பையும் அருகதையையும் அருளும்
இந்த ஓம்காரம் யாருக்கு இனிது
இறைத்தன்மையுடன் அனைத்தையும்
அடக்கிய ஓம்காரம் ஒரு நினைவுச் சின்னம்
ஆதியையும் அந்தத்தையும் அடங்கியது

உலகை உயர்ந்தும் ஓம்காரம்

ஊர்த்வ தாண்டவம் சிவனுக்கு உரியது

உயர்விற்கும் தாழ்விற்கும் உண்ணதமாகும்

உயரிய ஓமில்லாத தேவர் சூன்யம்

இதுதான் உண்மை விண்ணும் மண்ணும்

இன்றும் என்றும் ஏற்கும் மந்தரமாம்

இசையில் உலகை உயர வைக்கும்

இம்மையிலும் மறுமையிலும் என்றும்

உலகை ஆளும் மந்திரம் உயர்த்தும் தந்திரம்

உள்ளுக்குள் ஓம்காரம் ஒளிமயமாக்கும்

இதை இயற்கையும் ஒலிக்கும் ஜொலிக்கும்

இதனால் முனிவர்களும் அசுரர்களும்

சுலபமாக தியானத்திற்கு ஈர்க்கப்படுவர்

சூட்சுமம் இதுதான் அறிந்தவர் அறிவர்

குருவும் இயற்கையே ஓம்காரம் அமையும்

குருவும் ஞானமாகும் ஞானத்தில்

பேச்சு அனைத்து செயல்களுக்கு ஆதாரம்

பேச்சுதான் அஞ்ஞானமாகும் அறிதல்

அதனுடன் மாயை அடங்கியிருப்பது புரியும்

ஆனால் பிரம்மத்தை அனைத்திலும் அறிவது

பரமாத்மனாகும் சூத்திரம் ஆகும்

பாதையும் பரப்பிரம்மத்தில் அடங்கும்

ஓம்காரம் எல்லாவற்றையும் செய்யும்

ஓம்காரமின்றி தேவர்களும் மற்றவர்களில்லை

இச்சிறப்பை மும்மலையின் ஆட்சியை

இமயத்திற்கு ஏற்றும் அண்ணாமலை

இயலாத விளக்கம் பெற்றிருப்பது ஓசூரின் தன்மை

இன்முகத்தில் ஏற்றேன் அண்ணமலையாரும்

எனக்கு வழிவகுத்துக் கொடுத்தது

என்வாழ்வில் நான் பெற்ற முக்தியாம்

நினைத்தாலே முக்தி என்னும் நிலையில்

நினைக்காமேலே இங்கு இடம்பெற

நல்ல சூழ்நிலையை ஏற்படுத்திய

அண்ணாமலையாரை எப்படி ஊன்முழுவதும்

அழகாக உட்பகுத்தி மலரவைப்பேன்

அதனாலா என்னமோ என்னை

அண்ணாமலையார் "வா" என்று என்னை

அழைத்து தங்க இடம் ஒதுக்கி

அருள் வெள்ளத்தில் மிதப்பது

என்வாழ்வில் நிகழும் உண்மை

என்பிறவியின் பலன் என்றே

சொல்லலாம், எப்படி ஈர்த்தார்

சொல்லாமல் சொல்ல வைக்கிறார்

முழுமையின் இனிமை இங்கு நிறையும்

முக்தியின் அருமையும் பெருமையும்

இம்மண்ணில் விளையும் என்பதில்

இம்மியளவும் சந்தோகம் என்பதில்லை

இறைவா! அருணாசலா! உயிரே!

இவ்வுலகில் அருமை பெருமை நீ தான்
ஆள்வதும் அணைப்பதும் இங்கு நீ தான்
அடிக்கும் ஆயிரம் முறை அணைக்கும்
உன் பெருமையே பெருமை அருமை
ஊழிக்காலத்தின் தஞ்சம் நீயே!
கடைசிக்கால தஞ்சம் நீ தான்
கோடி புண்ணியத்தை யருளி இங்கு
என்னை எற்ற இடம் அளித்து பாதுகாத்து
எனக்கு நினைத்தாலே முக்தி என்னும்
போதனையால் என்னுள் நினைக்க
பாங்கா நிலைதளம் கொடுத்து தங்க
வசதியளித்து உன்னை தினமும் கண்ணார
வாழ்தி எழுத சிந்தனையுள் புகந்து
இனிக்கிறாய் முக்தியாய் ஜொலிக்கிறாய்
இன்பம் பயக்கும் கிரிவலத்தின மூலம்
பற்பலஅ ருள்களை வாரி வழங்கும்
பரமன் அருணாசல பெருமானே!
வணங்கி வாழ்த்துகிறேன் இந்த
வாழும் வார்த்தை மூலம் பணிகிறேன்
அன்னைப்பறவையாய் வடிவெடித்து சென்ற
அண்ணல் பிரம்மன் சிரஷ்;டி காத்தா
அரைத் கணத்து ஆயிரம் காதம் என்ற
அக்னித்தம் பாலத்தின் உச்சியை காண
காண முடியாது அவரது சிறகுகள் உதிர்ந்தது

கணத்தில் ஆயிரம் காதம் வேகம் தோற்றது

காணாது உச்சியின் எல்லை அறியாது

களைத்து தளர்ந்து தாக்கமும் பெருமூச்சுமாய்

துவளும் நிலையில் அதிசயமாய் ஒரு

தாழைமடல் இறங்கிக்கொண்டிருந்தது

பிரம்மன் அதனைத் தன் கரத்தில்

பற்றி நீ எங்கிருந்து வந்தாய் என்றார்

இந்த அக்னி ஸ்தம்பம் சிவபெருமானை

இச்சித்த உச்சியிலிருந்து வருகிறேன்

இதைக்கேட்ட பிரம்மன் இது காறும்

இம்மையும் புரியாதிருந்த அவர்

இப்பொழுது புரிந்துவிட்டதாக கருதிய

இன்னும் பூமியை அடைந்த பாடில்லை

என்று நினைதிருந்திருந்த தாழை மடலைப்

எங்கிருந்து வருகிறாய் எனவினவ சிவபெருமானின்

அக்னி ஸ்தம்பத்தை கண்டனின் சிரசிலிருந்து

அதன் நிலைதூரம் புரியாது களைத்து விட்டேன்

தாழை மடல் பரபரத்து என்னை விடு என்று

தப்பிக்கப்பார்த்தது தன்னை அறிவித்து

நானே பூமியில் விடுகிறேன் என்கு

நல்லதொரு உதவியை செய்ய

வேண்டிய பொழுது தாழைமடல் தலை

விரைவாதலை அசைக்க, பிரம்மனும்

எனக்கும் விஷ்ணுவிற்கும் ஒரு போட்டி

எப்படியும் சிவபெருமானின் முடியை
கண்டுவருதாக போட்டி அதில்
காணா நான் கண்டதாக தெரிவிக்க
தாழை மடலுக்க வேண்டுகோள் விடுத்தது
தாழை மடலும் ஆமோதித்தது பிரம்மனும்
தன் கோரிக்கை பிரகாரம் முடியை காண்டதாக
தன் நிலை விளக்கி முடியா நிலையை
விளக்கிய பிரம்மன் தாழம் பூவை
வேண்டி அழைக்க அதன் பொய்சாட்சி
விபரீதமாக கோவில்லா நிலைபிரம்மனுக்கு
வீழ்ச்சியில் பூசைகள் இல்லா நிலையும்
ஏற்பட்டது கேவில்களும் அற்றது உலகில்
ஏழில்மிகு அடியைக்காணா விஷ்ணு
உண்மையைக் கூற அவர்நிலை நிற்க
உண்மையற்ற பிரம்மா கோவிலற்று போனார்
ஆதியும் அந்தமுமற்ற வேத நாயகன்
ஆலகால நஞ்சினை உண்ட சிவன்
அருவடைய மண்ணியக்கம் செயலான்
அறியாது பிரம்மன் செய்த பிழையை
மன்னித்து காத்திட ஒத்துக்கொண்டார்
மன்றாடிய பிரம்மனுக்கு எம்பெருமான்
தணிவு, பிரம்மனுக்கு மறுபடியும் சுருஷ்டி செய்ய
தானாக சிவனின் அருளால் கிடைத்து
மலையும் கிரணங்களற்ற கிரியாகியது

மறுபடியும் தம்தம் நிலைக்கு வந்த பிரம்மனும்
விஷ்ணுவும் தோல்வியை ஒத்துக்கொள்ள
வேண்டுதல் மூலம் கார்த்திகை நட்சத்திரம்
மலை உச்சியில் ஒரு ஜோதி காணும் நிலை
மேன்மையாக வருடா, வருடம் உருவாக வேண்டும்
அருணகிரி என்ற பெயரை ஒருமுறை
அழகாக உச்சரிக்க பஞ்சாட்சரத்தை
மூன்று கோடி முறை உச்சரித்தாகும்
முறையாக பக்தியில் திளைத்து ஒருமுறை
ஜபிக்கும் நிலையின் மகத்துவும் சிறந்த
ஜெயமும் வாழ்வில் தானாக அமையும்
அனைவருடைய பிரார்த்தணைக் கேற்ப
அம்மலை அடிவாரத்தில் இலிங்கமு; தோன்றியது
எந்தாளும் அழியாத வளம் பெற்ற
எல்லாதீர்த்தங்களும் பெற்ற நகரமும்
தோன்றியது அதிசயமான ஆன்மீகம்
தானாக திருவண்ணாமலை தலத்தில்
பேரொளியுடன் சூரியனாய் என்றும்
பரமனை யாவரும் கண்டுகளிக்க எழுந்தது
ஓம்கார மும்மலையூரான் ஓதூரும்
ஒன்றாய் ஓம்காரத்தில் அடங்கியிருக்கும்
அண்ணாமலையும் ஆன்மீக பாலமாய்
ஆன்மீக அன்பர்களை இணைத்துக்கொண்டுதான்
ஆட்சிபுரிகிறது இத்தலம் திருவண்ணாமலை

அருணசலரின் அருளும் பொங்குகிறது
கிரிவலமும் இதனைவாரி வழங்குகிறது
கோடி புண்ணியங்களை வாரி வழங்கும்
கோபுரங்களும் பக்தர்களை வளர்க்கிறது
ஓதூர் ஓம்காரமாய் மும்மலைகளை
ஓம் காரமாய் அடக்கி ஆள்கிறது
அண்ணாமலையில் அகங்காரமாக
ஆதிப்பிரம்மா நான்முகன் தனை
அழித்து சிவப்பிரம்பின் ஜோதியை
அண்ணாமலையார் எடுத்துக்காட்டினார்
இப்படி மும்மூர்த்திகள் சேர்ந்த
இவ்வூர் திருவண்ணாமலை ஆகும்
மும்மயலயாம் இங்கு இணைந்து இங்கு
ஓம்காரமலையாக சிவாம் சம்பொருந்தும்
அரிது அரிது ஆக்கல் அரிது என்று
ஆதிபிரம்மன் கிருஷ்யை செய்தார்
பெரிது பெரிது என்று காத்தல் தொழிலை
பரப்பிரம்மனில் பூமியாய் அருளுதலாம்
அரிது! அரிது! அணைத்திலும் அழித்தல்
அரிது! சுழற்சியில் காலங்கள் அரிது
பிறத்தலு இறத்தலும் உலகின் பொக்கி:ம்
பிறவாமை என்றும் அமரத்துவம்
என் வாழ்க்கை அறியாத கர்நாடகத்தில்
எளிமையாக ஆரம்பித்து-சுழற்சி

நூலகம் தான் எனக்கு வேலை அருளி
நுண்மையாக வளர்ச்சியடையச்
செய்ததது சிற்பானது அன்னை சரஸ்வதி
சிறப்பாக கன்னடத்தை அருளி அனைத்தாள்
அன்னையின் அருளால் நான் சென்றாதலும்
அன்பின் தலைமையே வந்து சேர்ந்தது
அப்பொழுதெல்லாம் நூலகங்கள்
ஆரம்பக் கட்டத்தில் இருந்த காரணத்தனால்
என் படிப்பு எனக்கு தலைமைப்பதவி
எளிதாக கொடுக்க ஆரம்பித்தது
எப்படி நான் பிறந்த ஊர் ஓம்கார
எழில்மிகு மும்மலையுரான ஒசூர்
என புகழ்பெற்றிருந்தது தமிழ்நாட்டின்
ஏந்தலை உயர்த்தி காட்டுவதாக
சிறந்து விளங்கியது ஓம்காரமும்
சூழ்ந்த மும்மூர்த்திகளின் பெருமையும்
ஒங்கி வளர்ந்து தமிழுக் வழி வகித்தது
ஓம்காரம் ஆதாரமாக கொண்டு தமிழும்
தமிழ்நாடும் தழைத்தோங்கி நிற்பது
தாய் நதி காவிரியின் அருளால் என்றேர்?
கன்யாகுமாரியின் மூலம் காஷ்மினர
கனிவுடன் உலகில் பெருமை சேர்க்கும்
பாரத தேசத்தின் பெருமை நதிகளால்
புனிதம் பெருகின்ற தல்லவோ

எங்கும் காண எழில்மிகு நதிகளை
எளிதில் அருளிய பாரத மாதவை
எத்தனை பிறவிகள் எடுத்து வந்து
எடுத்தியம்புவேன் தாயே!
என்வாழ்வின் இரு ஆண் குழந்தைகள்
எனக்கு துணை நிற்க பிறந்து மகிழ்ந்தன
நானும் அவர்களுக்கு எல்லா படிப்பறிவை
நன்கு கொடுக்க துணிந்தேன் வெற்றியும்
பெற்றேன் என்பதில் எள்ளவும் சந்தேகமில்லை
பிறப்பலனை பெறும்படி கடமையையும்
முடித்தது நிம்மதியை எனக்கு அளித்தது
முழுமையும் பெற்ற ஓம்காரத்தில் திளைத்தேன்
எங்கு என் தொழில் புரியுனும் பெங்களுரையே
எனக்கு இரப்பிடமாக மாற்றி அதில்
வசித்து வர முணைந்தேன் இறைவனருளும்
வளர்ந்து அருள்புரிய ஆரம்பித்தது.
ஆரம்பகட்ட வாழ்வில் எனக்கு ஐயன் ஐயப்பன்
அழியாது ஈர்த்து சபரிமலை யாத்திரைக்கு
அடிகோலினார் நானும் பக்தியில்
அய்யன் ஐயப்பனை வணங்க துதித்தேன்
பதினைந்து முறை அய்யனை பார்த்து
பக்தியில் திளைத்தேன் என் மனமும்
"தத்துவமசி யில் திளைத்தது
தன்னில் ஒளியும் பிறந்ததை அறிந்தேன்

அதன் ஒளி எனக்கு பிரகாசமானது
"அஹம்பிரம்மா ஸ்மிக்கு அடிகோலியது
நானும் பரப்பிரம்மனாக பாவிக்க
நல்லதோர் வழியும் நல்கியது
என்னில் எற்பட்ட மாற்றம்தான்
என்னை பக்குவ படுத்தியதும் அதுதான்
ஆனால் "பிரம்மா ஹமஸ்மி" விடவில்லை
அகிலத்தில் ஆவரித்துக் கொண்டிருப்பது
மாயையென்னும் மயக்கம் ஒன்றுதான்
அதனைவென்றவர்கள் உலகில் அரிது
அரிது! அரிது! மாயையை வெல்வது
மிகவும் அரிது அதனால் தான் உலகம்
மாண்பை பெற்று கலியுகமானது
இக்கலியில் மாயை யானது வளர்ந்து
இகபர சுகத்தை அழித்தொழித்து வாழும்
நிலையை பெற்றிருப்பது நமது துரதிருஸ்டம்
நாம் தற்பொழுது பெற வேண்டியது மனதில்
"பிரம்மாஸ்மி" யான தன் ஒளி
பாங்காக ஏற்றியாக வேண்டும்
அதில் "தத்துவ பசி" தன்னில் ஒளியை ஏற்றி
அழியாது அஹம் பிரமா ஸ்மியில் முழக வேண்டியது
ஆகும், அதுதான் முக்தியின் சிகரம்
அய்யப்பனின் சிகரமும் அதுதான்

சுவாமியே! சரணம் ஐயப்பா எனில்
சுவாமி ஐயப்பன் தன்னில் நின்று
தன்னில் ஒளி எற்றுவார் என்பதில்
தரம் குன்றாது தன் வாழ்வு உயர்வை
பெரும், என்பதில் பக்தர் உணர்ந்த
பெரும் வாழ்வாகும் இதுதான் உண்மை
ஆயிரமாயிரம் பக்தர்களை ஈர்பதும்
அந்த "தத்வமஸி" மந்திரம் தான்
தன்னில் ஒளி ஏற்றம் மந்திரம் தான்
"தத்வமஸி" என்னும் தூய மந்திரம்
மனிதர்களையும், அரசுரர்களையும் தேவர்களையும்
மாண்புர தரித்து சுயம் பிரகாசத்துடன்
ஒளிரும் கடவுள்தான் ஈஸ்வரனாகும்
ஓம்காரம் என்பவனும் அவனே ஆவான்
சுவராட் என்பவனான உயர்ந்தவன்
சுற்றிருலும் சூழ்ந்த ஈஸ்வரன் அவனே
தன்னுடைய சுய ஒளியில் எப்பொழுதும்
திகழ்பரத கண்டத்தில் பிரகாசிக்கும் நித்தியன்
சர்வ சாட்சியும் அவனே தேவ தேவன்
சகுனப்பரப்பிரம்ம அவனே அறிவாய்!
எந்த வேடம் தரி;தாலும் இந்த உடல்
எல்லாம் பரப்பிரம்ம மயம் என்பது அழியாது
அழியும் மாடமோகம் விடுத்து உலகில்
அழியாத பரப்பிரம்மதன்னையை

பிடித்துக் கொண்டு வாழும்பொழுது
பரப்பிரம்மன் நீயே என்பதனை உணர்வாய்
அப்பொழுது உடலை விடுத்து மீதம்
ஆட்சிபுரியும் பரப்பிரம்மம் நீயே
என்பதனை உணர்ந்து ஓம்ரீம்
என்பதனைத் தொடர்ந்து க்லீம்
ஸ்ரீம் பரபிரம்மனே நமஹ!
ஸ்ரீயாக மாற்றம் தான் இந்த முக்தியாம்
பரப்பிரம்மனும் அதுவே ஆகும்
பாரெல்லாம் நிறைந்த பரப்பிரம்மம்
தான் அனைத்துமாம் அதில் முழுகினால்
"த்தவமஸி" என்னும் மந்திரமாகும் அதுவாகவே ஆகும்
நான் பற்பல இடங்களில் பணிபுரிந்து
நல்இடமாக நினைப்பது சென்னபட்டணவாகும்
நான் அந்த ஊரில் பணிபுரிந்த இடம்
நாடு போற்றும் காந்தி மண்டபமாகும்
ஊரின்மையப்பகுதயில் மைதூருக்கு
ஊடுருவிச் செல்லும் வழியான சிறப்புமிக்க
செங்கோட்டையைப் போல திகழும்
சீரும் சிறப்பும் பெற்றது இம்ண்டபம்
இங்கு காந்தி தங்கி ஒருமுறை
இனிதாக (காந்தி) ஓய்வு பெற்றதினால்
இதற்கு இப்பெயர் இன்றும் நினைவாக
இன்ப சுதந்திரத்தை எழுத்து இயம்பும்

இங்கு நான் நூலகத்தின் பொறுப்பேற்று
ஆட்சிபுரிந்தது யான் பெற்ற பாக்கியம்
அங்கு தினமும் மத்திம வயது நபர்
அவர் இடுப்பின் கீழ் ஒரு வஸ்திரம்
மட்டும் மேல் ஒரு வேட்டியை போர்த்தி
மாசில்லா தூயமானிடனாக எனக்கு
தோன்றியது மிகவும் அதிருஷ்டமயம்
தொடர்ந்து நான் அங்கு பணிபுரிந்த
நேரங்களில் என்னிடம் தமிழ்பேசினார்
நல்ல ஒரு துணையாக நின்ற அவர்
எனக்கு அவர் கற்பித்த மந்திரம்
என் மனதில் பசுமரத்தாணி போல்
நன்கு பதிந்தது என்னையும் உணர்த்தியது
நல்ல மந்திரம் சிவன் உரைத்த மந்திரம்
ஒரு முறையின்றி மூன்றுமுறை
ஓம்காரத்துடன் கூறினால்
விஷ்ணு சஹஸ்ராரம் கூறியதைச் போல்
விண்ணைப் போல் உயர்த்தும் மந்திரமாகும்
அதுதான் விஷ்ணு சஹஸ்ரார மந்திரம்
அது சிவன் மூலம் வந்தது மிகவும் சிறப்பு
மந்திரம் சிறப்பானது நான் ஈர்த்த
மிகச்சிறந்த முதல் மந்தரமாகும்
"ஸ்ரீராம, ராம, ராமேதி, ரமேராமே
மனோரமே! சுஹஸ்ர நாம தத்துல்யம்

ராமநாம வரானனே"
இம்மந்திரம் முதன் முதலில் ஈர்த்த
இதயத்தில் பதிந்த முதல் மந்திரம்
இராம மந்திரம் சிவன் போதித்தது
இதனால் பல மடங்கு பிரசித்தி
பெற்ற மந்திரமாக திகழ்கிறது
பரந்த பாரில் நான் பெற்ற இன்பம் இதுவாகும்
இது தான் என்னை நல்ல நிலையில்
இந்த கர்நாடக மாநிலத்தில்
நிலை நிறுத்தியது. அனைவரும்
நன்றாக என்னுடன் பழகி
இன்முகத்துடன் என் தொழிலுக்கு
இனிதே ஒத்துழைத்து துணை
நின்றது யான் பெற்ற புண்ணியமாம்
நல்லதொரு அறிவு ஊக்கமாக
அமைந்து அனைவரையும் ஆழ்ந்து
அமைதியாக ஈர்த்தது காந்தியின் மகா சக்தியாம்
காந்தி என்றால் நமக்கு சுதந்திரம்
காழ்புணர்ச்சியில்லா சக்தியாக
கிரகத்தினால் அமைந்தது ஆகும்
இரத்தமின்றி சண்டையின்றி
இச்சுதந்திரம் அஹிமசையினால்
இனிதாக கிடைத்த தல்லவோ, இதனை
இப்பாரத தேசம் அஹிம்சையில்

அழகாக வழி நடத்த வேண்டியது
ஆருயிர் தேசமக்களின் கடமையல்லவோ?
வேற்றுமையில் ஒன்றுமை
வாழும் இந்தியர்களுக்கு பண்பாகும்
இதைமீறும் மக்கள் யாரே அயினும்
இந்நாட்டின் எட்டையப்பர்களாம்
இதையறிந்து வாழ்வது நம் கடமை
இந்தியா என்றால் வேற்றுமையில் ஒற்றுமை
என்பதை செயல்படுத்துவது அவசியம்
ஏற்றமும் வெற்றியும் இதன் தத்துவம்
அன்னை பாரத மாதாவிற்கு இது அவசியம்
ஆன்மீக பாரம் இதில் செழித்தோங்கும்
உத்திராயணமும் தட்சிணாயணமும்
ஊழின் மக்களுக்க உகந்ததாகும்
தேவ வருடங்கள் மூன்று நூற்று அருபது
தேவர்களுக்கு ஒரு நாளாகும்
நம்மைகாக்க தேவர்கள் என்மர்
நாளும் பொழுதும் எண்திக்குகளில்
இலிங்க அருளில் வந்து உதவுவர்
இலிங்க வடிவில் பிரை சூடிய சிவன் அருளுவார்
அஷ்ட் திக்குகளில் அருளும் பெருமான்
அண்ணாமலை, ஆருயிர் நாதன் பிறைதூடியன்
திருவண்ணாமலை பௌர்மிக்கு சொந்தம்
திருவருவாய் மலர்ந்த ஒசூர் பிரைக்கு

அதிபதியாக மும்மூர்த்திகளுடன் அழகாக
அருளும் தன்மை வாய்ந்த மலை
தன்னைக்குறித்து தனிக்கும் சிறப்பில்லை
தன்னை விடுத்து வெளியிருந்தால்
பெருமையும் அருமையும் புரியும்
பாதைகளும் நன்கு தெரியவரும்
இதுதான் விதி என்பதும் மதி என்பதும்
இன்றைய கலியின் தீர்மான விதியாம்
அதனாலே ஏனோ விதி மும்மலையூரை
அறியாமலே விடுவித்தருளியது
அன்னையின் அருளாகும் பெருமையும்
அதுவே என்றால் பிழையொன்மில்லை
பெங்களூர்ரை எனக்கு சொந்த ஊராக்கி
பொய்மையுள் வாய்மை ஆக்கியது
விதியின் மதியே ஆகும் என்பதற்கு
விண்ணில் உயர்த்தும் தன்மையாகும்
இறைவன் எனக்கு கொடுத்த அரிய
இனியமையான பண்பான பாடமாகும்
எங்கும் எதிலும் திறனாளி சிறப்பாவான்
ஏற்றத்தில் தாழ்வென்பதில்லை
இதுதான் உண்மைக்கு வெற்றி
இதுதான் முக்திக்கு முழுமையான வழி
முக்தி என்பது இவ்வுடலை விடுத்து
முழுமையடைந்து பூர்ணம் பெருவதாம்

அதனாலோ, ஏனோ எனக்கு
அற்புதமாக அறிவின் களஞ்சியம்
நூலகமே என்னுள் தானாக அருளியது
நுன்மைபேற்றை நாளும் பொழுதும்
விரும்பாமலே தேடியும் நாடியும்
வெற்றிக்கு வலை விரித்து ஆடியது
யான் செய்த புண்ணியமோ இல்லை
என்னை ஈன்ற புண்யவான்களின்
பொழிவோ ஒன்றும் புரியவில்லை
பரப்பிரம்மனின் சூத்திரம் எனக்கு
தானாக வழிகாட்டி முகத்தியில்
தள்ளுகின்றது போலும் எனக்கு
போதும் சிவன் அருளிய சஹஸ்ர
பொழிவான மந்திரம் அற்புதம்
உலகில் மானிடனாக பிறந்து
உண்மை ஞானங்களை பெற
இயற்கை எல்லா சூழ்சிலைகளிலும்
இன்பமுக்தி சூத்திரங்கள் என்காதுக்கு
எட்டி நல்வழியில் செலுத்திய
எழில் நாடோ! மொழியே! அருமை
பெருமை மாயையில் எதிர்கொண்டு
புதிரான பாதைகளை புனிதமாக்கியது
புனிதம்! புனிதம்! நாளும் பொழுதும்
புனிதமாகும் வாழ்ந்த பொழுதும்

நல்வழியின் அருமையின் செம்மை
நன்றே முக்திக்கு பரப்பிரம்மனாக்கியது
இதுயாருக்குண்டு யாருக்கில்லை
இம்மையின் செம்மை வாழ்வு
அரிது அருமை அரிது அறிவின்
ஆட்சியில் அன்பை செலுத்த ஆளுதல்
அரிது மொழியறியா இடத்தில் வாழ்தல்
அரிது, ஆனால் அன்பு எளிது எளிது.
அதுதான் சீராட்டி பாலூட்டி
அழகாக வளர்த்தது ஆர்வம் பெரிது!
ஆட்சி புரிவதும் பெரிது அதற்கு
அருமையான திறன் வேண்டுதல் பெரிது
அங்கும் மரகதாம்பாள் அருளினால்
அமுத ஒருதாய் மொழியால் பற்பல
அழகான மொழிகளை கற்கவும்
அன்பாக பேசவும் அதன்மீது
அன்பான காதல் வேண்டும் அது
அழகான வெற்றியை ஈயும் என்பதில்
ஆன்றோரும் இறைவனும் உதவி
அன்புக்கரங்களை நீட்டுவது வழக்கம்
அக்ஞானம் உயிர்களுக்கு மட்டுமல்லாமல்
அழகான இயற்கையன்னை
அமுதூட்டி வளர்பதும் பெரிது பெரிது!
ஆண்டவன் என்பவர் கஷ்டங்களில்

அன்புள்ளம் பெருக்குவது உயிர்களுக்கு

அறிவைப்போன்றே கருதலாம்

அன்றும் இன்றும் என்றும் வளர்ப்பது

அழகு நதிகளும் பெரும் ஏரிகளும்

ஆயிரமாயிரம் குளம் குட்டைகளும் ஆகும்

அனைத்தும் அன்பின் வடிவில்

அன்புள்ளங்களை இணைக்கும்,

அழியாச் செல்வங்களும் பொக்கிஷங்களும் அவையே!

நாமம் என்பது அன்புள்ளங்களை

நன்றாக அழைக்க பயன்படுத்தும்

வார்த்தைகள் என்பதனை எல்லோரும்

வழிவழியாக நம்முன்னோர்கள்

பயன்படுத்தி பண்பும் பரத்தையும்

பேருண்மையென அனறே புகழ்ந்தனர்

அதிலே ஊன்றி அரும் பெரும் உணர்வைப் பெறுவர்

அழகாக ஆத்மார்த்தமாக அறிந்து

அருளும் புரிந்துள்ளனர் இல்லாவிடில்

அனைத்த நம் பேருகளும் இல்லாமயே

போயிருக்கும் இந்த உலகில் நன்கு

பண்பாக ஆன்மீக அறிவை வளர்க்க

அரும்பெரும் தத்துவங்களும் உண்மைகளும்

ஆன்மீகத்தில் செழிப்படைய திருக்குறள்

போன்ற பேருண்மைகளுக்கு அடிகோலும்

பண்பான கவிதைகள் மனதில்

பசுமரத்தாணி போல் பதிந்து
பாமரரும் அறியும் வகை செய்தது பெருமை
காலத்தில் புதுமையை விரும்பவரும்
கனிவான கானங்களாகவும்
மாறுவதையாரும் தவிர்க்க முடியாது
மாய உலகிற்கு மகிமை செய்யும்
தூய தமிழிழோ மற்ற மொழிகளில்
தழைத்தோங்கி வணக்கங்களை
ஏற்பது இயற்கை அது மந்திரங்கள் மூலம்
என்றால் நாம் பெற்ற அருளே எனலாம்
செயல்கள் என்பது உலகில் அக்ஞானம்
செயல்களை அழிப்பது மாயையிலிருந்து
முந்தியடைவதாகும் என்பதில் ஜயமில்லை
மொழிகளை முக்திக்காகவும் பக்திகளாலும் பயன்படுத்துதல் சிறப்பு
என் நூலகமும் காந்தி பவனத்தில்
எளிமையாக எல்லாரும் படிக்க ஏதுவாக
இருந்ததுபெருமைக்குறிதாக இருந்தது
இறைவனை ஈர்க்கும் சிகப்பு மாளிகை
சரஸ்வதி கடாட்சம் இங்கு வருவோர்க்கு
சிரமமின்றி கிடைப்பது உறுதியாகும்
மைசூர் நகருக்கு செல்லும் வழி
மையப் பகுதியாக சென்னபட்டினம்
மாநகரம் திகழ்ந்து நூலகத்தை
மக்களின் காசில்லா மகிழ்வளிக்கும்

இந்நூலகம் அரும் பெரும் பொக்கிஃமாய்
இவ்வட்டாரத்தில் திகழ்ந்தது ஒளிவிளக்காக
திகழ்ந்தது மைதூரின் பெருமையை
தேனாக பறை சாற்றிக்கொண்டிருந்தது
சுதந்தரத்திற்கு பிறகு ஒருநாள்
சற்றே இளைப்பார இங்கு தங்கியதால்
இந்த சிகப்பு மாளிகை நினைவிற்காக
இயம் புதற்காகவும் பெருமைக்காகவும்
கட்டப்பட்டதாகவும் பற்பல பழைய
காணக்கிடைக்க புஸ்தகங்கள்
பற்பல கேரிக்கப்பட்டு மக்களுக்கு
படிக்க இலவசமாக காந்தியின்
நினைவாக அருளுவது பெரும் சேவை
நாளும் படிக்க வசதியை ஏற்படுத்தியது
பெருமைக்குறிய அரசின் செயலாகும்
பெங்களூரின் எல்லையில் இருப்பதினால்
எனக்கும் இங்கு சேவைபுரிய
எளிதான சூழ்நிலை ஏற்பட்டது
இங்கிருக்கும் பெருமாளும் இனிதே
இச்சேத்திரத்தை புனிதமயமாக்கி ஈர்க்கிறார்கள்
அருகே மேல்கோட்டை எண்ணும் பவித்திர
அருளை பக்தர்களுக்கு அள்ளி வழங்கும்
செலுவநாராயணசுவாமியும் அழகிள்
செழிப்பில் பெரிய குளத்தைபெற்று

அக்காதங்கச்சி குளத்தையும் பெற்று
அங்கு வரும் அன்பர்களுக்கு அருளை
வழங்குவது பெருமைக்குறியது
வந்தவர்கள் தரிசிக்காமல் போகார்
இங்கு வருடம் ஒருமுறை பெருமாள்
இறைவிழா ஒன்று சிறப்புடன் நடக்கும்
இதுதான் மேல்கோட்டையாம் இங்கு சிறப்புடன் போற்றப்பட
இருக்கிறது வைரமுடி வருடம் ஒருநாள் உச்சவம்
மட்டும் மக்களுக்காக தரிசனத்தில் வருவார்
மாபெரும் விழாவாக மாற்றுவது இதுவே
இந்த வைர முடியை நூல் வழிவந்த
இறைவம்ச வாரிசுகள் ஒருநாள் உச்சவம்
மட்டும் விழாவில் வெளிபடச் செய்வர்
மரபு என்பதனை இங்கே போற்றவும்
இந்த விழா பெங்களூர் கரகத்தன்று
இரவில் மைசூரின் ஒளிவிக்காக கருதுவர்
காந்திபவன நூலகத்தில் பணிபுரிந்த
கனிவாக எனக்கும் ஓரிருவாய்ப்பு
கிடைத்தது நான் செய்த புண்ணியம்
கடவுளின் பக்தியை இவ்விழாவில்
எடுத்தியம்புவது மக்களை மகிழ்ச்சி
ஏழை எளியவர்களுக்கு ஆழ்த்தும் ஒருநாள் விழா
தினக்கூலியில் இருந்த வண்ணம் பணியை
திருப்பதியுடன் செய்திதனாலும்

இறைவனாலும் அரசின் ஆணையும்
இன்முகத்தே பென்சன் பெரும் தொழில்
வாய்ப்பும் கிடைத்து யான் செய்த
வெற்றியின் தொடர்பாக திகழ்ந்தது
கோலார் மாவட்டத்தில் மாலூர் கிராமம
கனிவான மாற்றமாக இருந்தது
சிறப்பாக தொழில் புரிந்தேன்
சிந்தைக்கு குளிர்ச்சியென்றால்
பெங்களூருக்கு மாற்றமடைந்து
பெரும்பவித்ர சேத்ரங்களை தரிசித்தது
முதன்முதலில் ஐயப்பனை தரிசிக்க
மேன்மையுறும் கருமை உடையணிதலாம்
அதைத்தொடர்ந்து ஐய்பபனை
அன்பாக தரிசிக்க மூன்று நான்குமுறை
பெரும்பாதை தரிசத்தைப் பெற்றேன்
பற்றுடன் சிறுபாதையில் நடந்து
ஐய்ப்பனை பதினொரு முறை தரிசனம்
ஐயமின்றி நல்ல பக்தியுடன்
தரிசனம் பெற்றது நான் செய்த புண்ணியம்
மொத்தம் பதினைந்து முறை கண் குளிர
மாபெரும் காட்டின் பயணத்தின்
மூலம் கிடைப்பதுதான் சிறப்பாகும்
மனிதப்பிறவி எடுத்ததின் பயனும்

இதுவே ஆகும் என்பதில் ஐயமில்லை
இறையருளும் எண்ணில் வளர்ந்து
நான் எங்கியிருப்பினும் ஆன்மீகம்
நன்றாக உரிய நிலையில் ஆட்சிபுரிந்தது
எப்படி இதெல்லாம் நடக்கிறது
என்பதை யான் அறியேன் பராபரமே!
கவலையே இல்லாத வாழ்க்கை இங்கு
கண்கூடான பிரம்மசர்ய வாழ்க்கை
அதில் அறிவது இல்வாழ்கையில்
ஆத்மனுக்க சரணம் சொல்லி
சிந்தனைச் சக்தியால் அதனை வளர்ப்பது
சிறந்த பரமனைக்காணும் அறிவாகும்
குண்டலினி எழுப்பினால் தேவதை
காழ்ப்பின்றி நம் உடலுக்குள்
புகுந்து ஆனந்த நிலையை உண்டாக்கும்
பரமனின் உணர்வுகள் ஊடேரும்,
நான் கடவுள் என்னும் உணர்வு உருவாகும்
நான் ஒருவனே கடவுள் எனக்கு
நாளும் பொழுதும் அழைக்கின்ற பெயர்கள்
பற்பல கணக்கற்று நிலவுகின்றது
பார் கடலில் பள்ளிகொண்ட விஷ்ணு
பெயரில் அழைப்பினும் அவன் ஒருவனே
பாரில் ஒன்றானவன்தான் இறைவன்
சிவன் பெயரில் அழைத்தாலும்

சிந்தனை மிக்க நான் வேராவதில்லை
அச்சக்தியால் ஆக்கி அருள் முடியும்
அழிக்கவும் சிந்தனைக்கு ஆற்றலுண்டு
விதியென்பது என்னை விட்ட பாடில்லை
விரட்டியடித்துக் கொண்டு ஆன்மிகத்தில்
செலுத்தியது எப்பிறவியின் பல்னோ!
சொர்க்க வாசலின் பலித்த நிறைவோ!
முழுயையின் மயக்கம் அகலவேண்டும்
நிலைத்த சுகம் பெற பரமனை பற்ற வேண்டும்
நீடித்த வாழ்க்கை ஆன்மீகமாக வேண்டும்
துறவு என்பது துணை நிற்க வேண்டும்
துன்பம் நீங்கி சாந்தி உண்டாக
இழிவான இவ்வுடலை பக்திவெள்ளத்தில்
இறக்கி மூழக்கடித்து சாந்தி பெற வேண்டும்
வாழ்வது என்பது உலகில் பெரிதல்ல
வாழ்கை என்பது ஈஸ்வர வழிப்பாட்டில்
இழக்க வேண்டும் அது பரமனாகும்
இழிவான இவ்வாழ்வில் வேரென்ன?
பெருமையை காண இயலும்?
பிரம்மரந்திர சிவபெருமானும்
நமக்கு துணைபுரியும் பரம்பொருளின்
நோக்கில் நம்மை செலுத்தி
நான் ஒருவனே கடவுள் என்னக்கு
நல்ல பல பெயர்கள் உண்டு

நான் இந்த உடல் இல்லை என்னும் போது
நான் என்னும் உடலுக்கு வலிகள்
எப்படி வருகின்றன என்னே!
ஏன் என் முகத்தில் நமச்சிவாயவில்லை
ஈர்க்கும் இவ்வுலகத்தின் மாயை
இசைக்கும் ஆட்டமல்லவோ இறைவன!
எப்படி இருப்பினும் உன் கமல பாதம்
எழிலுடன் என்னை ஈர்ப்பது அரிது
என் விழிகள் என்ன புண்ணியம் செய்தனவோ
எளிதில் எனக்கு எல்லா அருளும்
இக்கலியில் இனிதாக பெறச் செய்வது
இப்புவியின் ஆன்மீக ஈரப்பசை
இனிதே எடுத்ததியம்புவது யான்
இங்கு பெற்ற பேரின்ப மல்லவோ?
இறைவா! ஊன் நிழலில் எப்பொழுதும்
இயன்ற அளவு மாயையை அழித்து
இச்ஜகத்திற்கு ஒளிபெற உதவுவாய்
இந்த மேல்கோட்டை- யூரில் நரசிம்மர்
இயல்பான தியான நிலையில் இருப்பது
இச் ஜெகத்தில் உண்மை நிலையாக
மாறுதல் பரமேஸ்வரன் நியீலை ஒன்றுதான்
மாயை தான் இங்குள்ள எல்லா
உயிர்களுக்கும் காரணம் என்பது
உணர்ந்து செயல்பாட்டால் உயர்வு

இறைநிலைதான் நிலைக்கும, ஞானம்
இதுதான் மோட்சமும் இதுதான்
பரமேஸ்வரன் நிலையயும இதுதான்
பாரில் இழிந்த நிலை என்பது தன்னை
மறப்பது ஒன்றதான், உணர்ந்து
மாயை விடுத்து இறைத்தன்மை
பெற்று இயங்குவது ஒன்றுதான்
பேரின்ப மயம் முக்தியும் ஆகும்
எல்லா நிலைக்கும் உயிர்களின் வளர்ச்சி
என்பது தான் உண்மை இந்த உலகில்
தோற்றம் மறைவு என்பது நியதியாகும்
தோன்றாமலே தோன்றியதாக தெரிவது
மனதின் மாயத் தோற்றமாகும்.
மாண்புரச் செய்வதும் லீலையாம்
மேலகோட்டையில் யோகா நரசிம்மார்
மலைமீதமர்ந்து உலகின் செல்களை
சீர்தூக்கி சிந்தனை செய்யும்படி
செழுமை படுத்தும் நிலை நன்குபுரிகிறது
மலைமீது பரப்பளவும் மிகவும் சிறியது
மாயையை எதிர் கொள்ளும்
சிரியதாகவே இருந்தது சிறப்பு
செழுமையை பொங்க வைக்கும்
பயமும் பக்தியும் பண்படுத்தும்
பெரும் யோக நிலைதான் சிற்பானது

இந்த நரசிம்மர், சுற்று வட்டாரத்தின்
இயல்பை மாற்றி உயர்வை அருள்வார்
இதனால் யோகிகளும் ஞானிகளும்
இருளை போக்கி பேரின்ப முக்தியை
இனிதே பெறுவர் என்பது தான்
இவ்வையத்தின் மேன்மையாகும
இது சுட்டிக்காட்டும் நிலையும் இதுதான்
இறைநிலையும் கடை நிலையும்
இந்த யோக நிலைதான் உண்மை நிலை
இகபரசுகமும் மாயையை அகற்றும்
பக்தி சிறிதானாலும் மனம் பெரிதாக வேண்டும்
பெருமை பெறும் நிலை இறைநிலையாக வேண்டும்
ஊரின் நிலையில் வைரமுடி பெருமைக்குறியது
ஊரில் பெருமைக்குறிய உற்சவம்
இதுதான் என்பது இவ்வட்டார பெருமை
இயல்பாகவைரமுடி என்பது கிரீடமாகும்
இந்த வைரமும் ஒருமுறை இறைவனுக்கு
இத்திருவிழாவிற்கு அரசஅம்சம்
அளித்திருக்கும் மாபெரும் பொக்கிஷம்
ஆண்டாண்டும் வருடம் ஒருமுறை
சூட்டி ஊர்வலம் செலுவநாரயணர்
செழுமையாக அன்று பெருமித்ததுடன்
வெளிவருவது கண்கொள்ளர காட்சியாகும்
வெற்றிக்கு வழிகாட்டும் பவித்ரம்

என்றால் மிகையல்ல இச்சேத்திரத்தில்
எங்கெங்கும் காண இவ் உற்சவம்
மேல்கோட்டையின் அற்புதமாகும்
மக்களின் உற்சாக மாபெரும்
மகிழ்ச்சியின் திருவிழாவாகும்
மகிமையின் உயர்ந்த பக்தியாகும்
விழாவென்றால் விண்ணை அளக்கும்
விந்தையான இறையருளாகும்
இதன் பெருமைதனை என்ணென்பேன்
இந்த மேல்கோட்டை ஊரே
மாண்புரப் பெற்ற பெயரும் புகழோடும்
மேன்மையுருவது இச்சேத்திர
வைரமுடி உற்சவமாகும் என்றால்
விண்ணும் அறியும் விதியும் வணங்கும்
வீழ்ச்சியும் தாழ்ச்சியும் இதற்க்கில்லை
வருடம் ஒருமுறை செழுமையின் சிறப்பாகும்
உபாசனைகளும் யோகமும் இரண்டும்
உழைக்கும் சமயம் அம்மனிதன்
ஆயிரம் கோடி ஒளிர்வான் உண்மை
அன்றாடம் ஒளிர்வான் உண்மை
யோகம் வளர உபாசனை வளரும்
யோகத்தினால் பிரம்மனாவது உறுதி

உண்மையில் தன்னுடைய உறுப்புகளில்
ஊழின் அனைத்து உலகங்களை காணலாம்
நான் எங்கோ செழுமை பெற்ற
நல்ல என் மனம் எங்கோ?
இதுதான் உண்மை பயக்கும் சொர்க்கம்
இங்கேயே அனைத்தையும் அறியலாம்
எல்லா உலகங்களும் நம் உயிர்
எளிய உறுப்பளுக்குள் தவழும்
இதுதான் புதுமை மனிதனின் விந்தை
இயல்பின் உச்சம் உலகம் ஏற்கும்
வைராக்கியம் என்பது மனிதன்
வெற்றிமுழக்கத்தின் பொக்கி:ம்
அதில் அடையாத பாக்கியமில்லை
ஆனந்தமும் சோகமும் தவிர்க்க இயலாது
மனித மனதையும் அரசுமனதையும்
மாமனிதர்களளான தேவர்களையும்
தரித்து சுயம் பிரகாசத்துடன் பிரகாசிக்கும்
தரணியில் ஒளியீரும் கடவுளே ஈவரன்
தன்னுடைய சுய ஒளியில் பிரகாசிப்பது
தானே பிரம்மனாகும் நிலை உருவாகும்
மந்திரங்கள் மயக்க நிலையை
மாயமாய் மாயைக்கு வித்தை காட்டும்
அதுதான் பெருமை உலகின் அருமை
ஆதவன் ஒளிரும் பாதையும் அதுதான்

நான் பெங்க;ரில் பணியில் இருக்கும்
நாளில் நலம் பல ஆண்மீகம் சிறந்தது
சுவாமி ஐயப்பன் விரதங்களும்
சுவாமி கோஷ்ங்களும் விண்ணைத்
தொட்டு உயரும் பண்பை நல்கியது
தேடாமல் பற்பல நற்சிந்தைகள் வளர்ந்தது
விரதத்தின் மகிமையறிய மாலையணிதலாம்
வெற்றிக்கு வழிகாட்டும் பெருமை
ஆரோக்கியத்தின் சின்னம் மலையாத்திரையாம்
ஆயிரமாயிரம் வாழ்க்கை வழிகள்
அமையும் தன்மையின் சிறப்புடையது
அருட்பெரும் ஐயப்ப ஜோதி மகிழ்ச்சியாகும்
கர்பூரமகிமை விந்தையின் வளர்க்கும் தன்மை
காரணமின்றி வாழ்கையை செம்மைபடுத்தும்
மாலையணியும் தன்மையை உயர்த்தும்
மாண்பைக் கொண்டு வாழ்வை உயர்ந்தும்
ஏழ்மையை ஏற்றம் வளர்க்கும்
எளிமையில் பேரானந்தத்தை போற்றும்
விரதம் மனிதனின் மனதை உயர்த்தும்
வீணானமாயையிலிருந்து விடுவிக்கும்
எப்பொருளும் ஐயனின் முன் தாழும்
எளிமையான பக்தி வாழ்வை உயர்த்தும்
உலகை ஈர்க்கும் கோசங்கள்
உண்மையின் சிறப்பை போற்றும்

பண்படுத்தப்பட்ட சட்டதிட்டங்கள்
பாங்காக அணுசரிக்கப்பட்டால்
சிறந்த பணிவும் பண்பும் பெருகும்
சீர் பெற்ற சீருடையும் கணங்களை
ஜயமின்றி வளர்த்து மேன்மையுறும்
ஐயப்பன் மகிமை என்றும் செம்மை படுத்தும்
ஐயப்பனில் தீபம்தான் பரப்பிரம்மன்
ஐந்தாம் அறிவின் உயிரினங்களுக்கு
பிறகு ஆறறிவுபெற்ற மனித இனம்
பெருமைபட பகத்தியின் மூலம் முக்தி
என்பதை அறிவுறுத்த மேன்மையுருகிறது
எல்லா மனித சமுதாயமும் பின்பற்றலாம்
இங்கு முனிவர்களின் சாயலை
இன்முகத்துடன் பின்பற்றுவது
சிறப்பானதென்றே கூறலாம்
சிற்றின்பம் ஜோதியின் பிரம்மாகும்
இல்வாழ்வில் இன்முக தவம் பெருகும்
இயலாத துறவு இங்கு நிலவும்
சுவாமியே சரணம் என்றால் வெற்றியாம்
சுவர்க்க நிலையும் அதுவே ஆகும்
காமம் குரோதம் அழிந்து ஒற்றுமை
காழ்பின்றி ஜாதி மதம் இல்லாததாகும்
ஞான ஒளிவீசும் எங்கெங்கும்
ஞான கற்பூர தீபம் பக்தியில் மூழ்கும்

மும்முறை சென்று தரிசனம் பெற்றவர்
முடிசூடா மன்னன் ஆவாது சிறப்பு
அதற்கு மேல் தொடர பக்திமனம்
அஹம் பிரம்மாஸ்மியில் முழுகும்
அய்யனின் அருளும் ஓங்கும்
ஆராதிக்கும் குருவருள் பெருகும்
தத்வமசி என்னும் தத்துவத்தில் உயர்ந்த
தவக்கோலத் மகிமை இதுதான்
தன்னில் ஒளிமயமாக்கும தன்மை
தரமான உயர ஜோதி இச்ஜோதியாகும்
மாற்றங்கள் நிகழும் இவ்வையத்தில்
மாயையின் ஆட்டம் தான் பெரிது
என்நிறைவு நான் ஆரம்பத்தில்
எப்படி இருந்தேன் என்பதை
அழகாக சித்தரிக்க ஆரம்பித்தது
அன்பும் சத்தியமும் தூண்டும்
காந்தி மண்டப நூலகத்தனுள்
கண்மூடிக்கொண்டு நுழைந்ததை
இரசித்தேன் அப்பொழுது சின்னசாமி
இயற்பெரில் அங்கு நூலக வேலைகளை
பார்த்த வண்ணம் இருந்தது சிறப்பு
பழம்பெரும் சிகப்பு கோட்டையாக
இருந்தது சத்தியத்தையும் அஹிம்சையையும்
இன்றும் பொதித்த வண்ணம் இருப்பது

காந்தி மகாத்மாவிற்கு பெருமை
காணும் சத்தியம் அதில் நிறைந்திருந்தது
பெருமைக்குறியதாகவே இருந்தது
பெரும் காந்திக்குறிய சத்ய சோதனை
புத்தகங்களும் ஆன்மீக புத்தங்களும்
புதியவைகளாகவும் அழகாகவும்
ஈர்த்து கொண்டிருந்தது பெருமைக்குறியது
இதில் ஒன்றும் புதுமையாக இருப்பது
எனக்கு ஒன்றும் புதுமையாக இருப்பது
எளிதாக மக்களுக்கு உணர்த்துவது
தான் அவர் பெருமையும் பலனும்
தன்னிச்சையில் படித்துணர்வது
அவ்வுணர்வு சுயமாக வரவழைக்க
அன்புள்ளம் வேண்டும் என்பதற்காக இங்கிருந்தது
அக்காந்தி மண்டப நூலகம் வைரமுடிக்கு
அடுத்து மைசூர் தசரா சாமுண்டியை
நினைவுக்கு கொண்டு வந்தது அருமை
நீங்கா தத்வமசி ஐயப்ப பயணம்
தொடங்கியது அற்புதத்திலும் அற்புதம்
தழைத்தோங்கும் விதங்கள்
அனைத்தும் அங்கிருந்துதான் தொடர்ந்தன
ஆன்மீகம் தானாக துளிர ஆரம்பித்தது
எனக்கிருந்த துணைச் செயலாளர்
எல்லாவற்றிற்கும் துணை நின்று

தானும் நிலைத்த பயனை உருவாக்கி கொண்டேன்

தன்னில் உயர்வை பெற என்னையும்

பயன்படுத்திக்கொண்டது சிறப்பு

பங்கும் அதிகம் ஏற்றது என்னை

ஆன்மீகத்தில் தள்ளியது சிறந்தது

அது என்றும் அவருக்கும் எனக்கும்

சிறப்பையும் உண்மையையும் உயர்த்தியது

சிந்தனைகள் ஆன்மீகத்தில் துள்ளி குதித்தது

நான் அங்கு பணிபுரிந்தது தினக்கூலியாக

நன்மதிப்பை எல்லா துறையிலும்

செலுத்தியது என்பதை மறக்க

சிந்தனை செய்ய முடியாத காரணம்

அதுதான் ஆதாரமாக இருந்தது

அதன்மூலம் தொடர்ந்து அநேகம்

தினமும் காந்தி மண்டபம் சென்று வர

தென் இந்திய இரயில் வசதியாக இருந்தது

இயற்கை என்பது நமக்கு கொடுத்த

ஈட்டும் பொக்கிஷம் என்பதில் ஐயமில்லை

அதுதான் உன்னுள் உரையும் ஏழு

ஆதார சக்கரங்கள் உயர்த்தும் மகிமை

மூலாதாரம் முதற்கொண்டு சஹஸ்ராரம்

முடிய ஏழும் தொட்டு சுழற்றப்பட வேண்டும்

இதனால் பிரம்மரந்திரம் திறக்க வேண்டும்

இனிய இன்ப தியானத்திலிருக்கும் சிவன்

பரப் பிரம்மனாக ஆத்மனை விடுத்து

பார் முழுவதும் பரவுதல் வேண்டும்

அப்பொழுது பிரம்மனில் ஆத்ம பரமாத்மா ஐக்கியம்

அழகாக ஒன்றிணைத்து நடக்கும்

உன் மனதை அடக்க உன்சுவாசத்தை

உள்முகமாக செலுத்தி சிவத்துடன்

இச் சரீரத்தை இயக்கினால் சிவம்சக்தி

இனிய இணைப்புடன் குண்டலினி எழும்

சாதாரண நிலையில் பனிரெண்டு,

சிவத்தின் இந்த இலிங்கள் பிணைப்பதால்

அதனால் சிவமும் தன் சரீரத்தோடு

ஆர்வமுடன் செயல்பட ஆரம்பிக்கும்

குண்டலி வடிவாகிய சத்திய பிரம்மம்

குண்டலியை மூலாதாரத்தினின்று

எழும்பும், அதை சுழற்றி உயர்த்த

எழும் சுழற்சியை இணைக்கும் பொழுது

பிரம்ம ரந்திரத்திலுறையும் சிவத்தோடு

பிரம்மத்தின் தனித்தத்தும் வெளிப்படும்

சிவம் சக்தி ரூபமாகும் பொழுது

சிந்தனை தூய்மை பெற்ற ஏகிபாசுவரூபமாகிறது

அப்பொழுது குண்டலினி எழும்பி

ஆன்மீக முழுமை ஏற்று முக்திக்கு

வழிவகுக்கும், பிரம்ம இரந்திரத்தில்

வாழும் சிவம் குண்டலினியுடன் இணையும்

புத்தி அழிந்து ஒளிமயமான பிரம்மாகும்

பெரும் சக்தி உருவாகும் அதுதான்

அண்டங்களை இயக்கக்கூடியது

அறியும் தன்மை தன்னை உயர்த்தும்

உன்னை நீ அறிந்தால் எந்த சாதனையும்

உனக்கு அவசியமில்லாமல் போகும்

உண்மையில் ஆடம்பர வாழ்க்கை என்பது

ஊழிக் கால ஜீவனைப்போல் அழியும்

கபட நாடகம் நடத்த மனித வாழ்வு

கொடுக்கப்பட்டதல்ல கண்டிப்பாக

பரமாத்மனில் ஜீவன் தஞ்சம் ஏற்பது

பரப்பிரம்மனை அடைவதற்கு சமமானது

தானே பரப்பிரம்மன் என்னும் பாவம்

தன் மனதில் நிற்க வேண்டும்

இந்த உடலுக்கு கட்டுக்கடங்கா சக்தி

இவ்வுடலில் தங்கி இருக்கும் ஆத்மனே

இதை உள் வாங்கவும் வெளிப்படுத்தவும்

அறிந்துக் கொண்டால் எந்த சாதனையும்

அவசியம் இல்லாமல் போகும்

பரிபூர்ண ஒளிபொருந்திய மகேஷ்வரன்

பிரம்மா, விஷ்ணு தன்னுடைய

கண்களில் பிணைத்துக் கட்டிக்

கொண்டு உலாவுபவர் ஜீவன் முக்தர் அவர்

உண்மையில் சத்தியம் அறிவுக்கு எட்டினால்

உண்மையான மனிதன் அவனே ஆவான்
யாருடைய பொழுது நமச்சிவாய
யில்லாமல் போகாதோ அவர்களை
உண்மையான ஜீவன் முக்தர்களாக
உயர்தல் கண்டிப்பாகும், ஓம்காரமும்
அவரே ஆவார் அவரில் அனைத்தும் அடங்கும்
அன்றும் இன்றும் என்றும் பிரம்மன் அவரே
முத்திரைகள் முக்திக்கு வழிகாட்டியாகும்
மும்மூர்த்திகளும் அவர்களுக்கு என்று
துணை நிற்பது முத்திரைகளின் பெருமையாம்
துணிந்து முத்திரைகள் போட்டு ஞானம்
பெறுவது என்பது முனிவர்கள் வசம்
பிரம்மாஸ்மியை பெற்று அகத்துள்
அடக்குதல் மாபெரும் இரகசியம்
அவர்களை அனைத்து தேவர்களும் பின் பற்றுவர்
ஓம் ரீம், கலீம், ஸ்ரீம் பியீரிம்மனே நமஹ
ஓதி பயன்படுத்தல் முக்தியின்
ஈர்ப்பு வழி என்பதில் ஐயமில்லை
இச்சையுடன் முக்திகளை போடுதல்
உலக ஆதிசக்திக்கு வசப்படுவர்
உலகம் உய்யும் வளமும் பெருகும்
உலகம் என்பது சக்தியமும் ரீம்காரமும்
உய்வை அளித்தால் ஓம்காரமாம்
உன் மனதை உன்னுள் உரையும்

ஊழ் சக்தியை வைத்து சுழற்றினால்
சிவசக்தி ரூபமாகிறது இரண்டையும்
சிரசுக்கு கொண்டுவருவது முழு சமாதனமாகும்
நான் ஐயப்ப யாத்திரை பெரும்பாதையுடன்
நான்குமுறைக்கு மேல் முடிந்தேன்
அதில் எனக்கு தத்வமசி விளங்கியது
அதன் பொருள் "தன்னுள் ஒளி ஏற்றச்
செய்வது என்பதனால் ஐயப்பன்
சித்தனாய் காட்டில் உள்ளொளி
மகர விளக்காக காண்பிக்கும் வழி
மாபெரும் விழிப்பின் ஒளியாக
யோகிகளும் ஞானிகளும் உணர்வது
யாண்டும் எப்பொழுது பக்தர்களுக்கு
சிறப்பான வழிகாட்டியாக அமையும்
சாதிக்கும் திறன் கட்டுப்பட்டில் விளையும்
உடைகளின் வகைகள் தொடக்கம்
உந்தச் செய்து சிகப்பின் பெருமையை
தொடர்பக்தியில் நன்கு தெரியும்
தீமைகள் தீய்ந்து ஒளி பெருகும்
தன்மைதான் மகரவிளக்கின்
உய்வைப் போற்றுவதாக அமையும்
ஊழையும் உப்பக்கம் ஓட்டும்
ஒளிச்ஜோதி தான் மகரஜோதியாயும்
ஓம்காரம் உயர அதிலே ஒலிக்கும்

பக்தியை செம்மைப்படுத்த
பாத யாத்திரை விளக்காகும்
வழியின் ஜோதி கோவில்கள்
விதியின் வலிமைக்கு வழிவகுக்கும்
அண்ணாந்து பார்க்க விழைவது
அருள் ஒளி ஜோதி ஒன்று தான்
அதற்கு எங்கும் பெருமையுண்டு
ஆயிரமாயிரம் விளக்கின் உண்மை
அறிந்தால் ஞானம் பெருகும், வளரும்
அண்ணாமலையிலும் தீப ஜோதி
கார்த்திகை திங்களில் எற்றப்படுவது
கனவுகளின் நினைவுகளை வளர்க்கும்
ஜீவாத்மா மற்றும் பரமாத்மா ஐக்கியம்
ஜீவனாக மனிதன் செய்யும் யோகமாமம்
இதற்கு தடைகள் பற்பல வருவதுண்டு
இதுதான் நம்முள் நின்று செயல்படுவது
இதுதான் காமம் குரோதம் லோபம்
இந்த ஐக்கியத்தடைகளுக்கு வழிகாட்டியாக
தோடர்வது மயக்கம், மதம், மோகம்
தளிர்வது, ஆவா, வெகுளி பற்றுள்ளம்
குண்டலி சக்தியை வளர விடாமல்
கேடாக ஆரம்ப இடத்தில் தடுப்பது
சுஹந்தி என்றால் அமைதியாகும்
செழுமைக்கு மந்திரம் "பிரம்மாஸ்மி" ஆகும்,

இதனை மூன்று முறை

ஆர்வத்துடன் கூறும் பொழுது

முழுபலன் கிடைப்பது எளிதாகும்

மாயையிலிருந்து மீள்வதின் மந்தரமாகும்

அறிவின் உச்சம் என்பது

அதை நாடிகச் செல்ல ஆத்மன் கிடைக்கும்

ஆத்மனின் வளர்ச்சிதான் இங்கு

அண்டத்தில் நிறைந்த பரமாத்மன் ஆகும்

கலியுகம் என்பது மிகவும் பயங்கரம்

காட்சிகள் அனைத்தும் தர்மத்தை

அழித்தொழிக்;கும், ஞானம் எங்கிருக்கும்?

அதனால் எனக்கு கிடைத்த ஐந்து

மந்திரங்கள் அரண்களைப் போல்

மாயமாக மாயை அழிக்க வந்தன

இது என்னுடைய பிறவிப்பயனா?

இல்லாவிடில் தேவர்களின் அருளா?

எனக்கு ஒன்றும் தெரியாது?

என்னைச் சூழ்ந்து ஆன்ம சக்தி மட்டும்

சுலபமாக தெரிந்து காரணம்

சுயம் தத்துவத்தின் நாயகர்

காந்தி மண்டபத்தில் இயற்கை என்னை

கனிவாக அமர்த்தியது பெருமையல்லவோ?

இதனாலோ என்னமோ எனக்கு

இறைசூழ்நிலை வகுத்து கொடுத்த

சொர்க்க மந்திரங்கள் இம்மண்ணில்
சொகுசாக என்மூலம் இறங்கியதோ?
எனக்கொன்றும் தெரியாது ஆனால்
என்மூலம் இம் மந்திரங்களை
இறைவன் அருள இச்சிக்கிறார் போலும்
இயற்கையும் எனக்கு துணை நிற்பது
பெருமைக்குறியது. இவ்வுடலும்
பார்புகழ் இந்த அருளை பெற்றது
முதல் மந்திரம் என்பது எப்படி
முழுமையான மந்திரமாக அதை
வகுத்து என்ன செய்வது என்று
வையம் நினைக்கத்தோன்றும்
இந்த பொக்கிஃம் அவ்வளவு
இயல்பாக கிடைத்து விடுமா என்ன?
இறைவா! உன் அருள் மட்டும் உலகில்
இருந்துவிட்டால் மட்டும் போதும்
எல்லாம் கிடைக்கும் அருளின் மிகிமை
எளிதில் புரியுமா இல்லையா இறைவா?
அதனாலோ! என்னமோ அந்த பரமன்
அனைத்தையும் என்மூலம் வெளிபட
முனைந்தனனோ என்னமோ யானறியேன்
முழுமையும் முத்துகள் ஐங்கரனின்
சொத்துக்கள் என்றே கூறலாம்
சொத்துக்கள் பார்வைக் கல்ல அனுபவிக்க

தான் இறைவனால் கொடுக்கப்பட்டது
தன்னிச்சையாக விரும்புபவர் உலகில்
உண்டா என்பது தான் சந்தேகம்?
ஊழிக்காலம் என்றாவது அறிய
அற்புதங்களை நிகழ்த்தும் எனபதில்
ஆட்சிபிடிக்குமா? இல்லையா?
இறைவா! நான் எப்படியும் நல்திரன்களை
இறையின்பத்திற்காக இங்கு பதிக்க
இவ்வுலகம் எதிர்பார்த்தாலும் இல்லாவிடினும்
இச்சையுடன் பதிக்கிறேன் முழுமனதுடன்
ஐந்து முத்துக்களில் முதல் முத்து
ஸ்ரீராம ராம ராமேதி ரமே ராமே மனோரமே
சஹஸ்வராம தத்துவ்யம் ராமநாம வராரனே!
இந்த மந்திரம் எனக்கு அறியா அன்பர் ஒருவர்
இன்முகம் ஏற்ற வெண்ணியீர ஆடை
இறைஞானம் பெற்ற துறவியின்
இறைமுத்து இம்மந்திரம் ஆகும்
இதை மும்முறை சொல்ல ஒரு
சஹஸ்ரார மந்திரம் பரமன் விஷ்ணுவிற்கு
சாற்றியது போலாகும் எனபதில் சந்தேகமில்லை
நம்முடைய கணக்குப் பாடங்களில்
நலமுடன் தலை கெடுத்துக் கொள்ளமலிருக்க
சூத்திரங்களைப் பயன்படுத்துவது வழக்கம்
சூட்சுமமாக நமக்கு நம் வாழ்க்கை

நலம் பெற சிவனிடம் இருந்து வெளிப்பட்ட
நல்ல மந்திரம்தான் விஷ்ணு மந்திரம்
இதை;தான் முதல் மந்திரமாக பெற்றது
இங்கிருக்கும் காந்தி மண்டபத்தின்
அருமையும் பெருமையாகும் என்பது
அருள்மிகு சிவனின் மூலம் பெற்றதும்
இதை முதலாக பெற்றதும் புண்ணியம்
இவ்வயைத்தில் ஈசனின் மூலம் ஒலித்து
இவ்வயைத்தைக்காக்கும் கடவுளின்
இனிய பெருமையை பேசும் முதல் மந்திரம்
எதற்காக கொடுக்கப்பட்டது என்பது
எளிய இம்மானிடர்க்கு என் தெரியும்
கலியுகம் நரக வாயிலை நோக்கி
கண்மூடித்தனமாக சென்றுக்கொண்டிருப்தை
தடுக்க சிவன் மூலம் வந்த விஷ்ணு மந்திரம்
தீயவைகள் தழைத்தோங்குவதை
தானாக விலக்கும் விண் மந்திரம்
தேனாக தேவர்களுக்கு இனிக்கும்
இன்ப மந்திரம் இந்த விஷ்ணுமந்திரம்
இன்முக தியானத்திலிருந்து வெளிவந்த
பேரின்ப மந்திரம் என்பதில் ஐயமில்லை
பரவசத்தில் மூழ்கடிக்கும் உலகை
மற்றும் அகிலத்தையும் அண்டத்தையும்
மேலாக எடுத்துச் செல்லும்

இம்மந்திரம் அனைவருக்கும் இனிக்கும் மந்திரம்
இதை தேவர்களும் விரும்பி தேடுவர்
நான் பெற்ற இன்பம் இம்மந்திரம் தான்
நன்றாக இம்மந்திரம் இவ்வையத்தை
எழில் மயமாக்கும் புனிதமயமாக்கும்
எங்கு ஒலித்தாலும் அனைத்து தேவர்களும்
தேடி ஓடிவந்து கேட்டு இன்புறுவர்
தழைத்தோங்கும் செல்வம் சேரும்
சரஸ்வதியும் ஆதி சக்தியும் இன்புருவர்
சாட்சாத் இலக்குமி கடாட்சத்துடன்
சஹஸ்ரார விஷ்ணு மந்திரம் சிறு
சிறு எழுத்துகளை போல் உலகை
செழுமையுறச் செய்யும் என்பது
எந்த ஒரு ஐயமுமில்லை அனைத்தும் ஒன்றில்
எந்த பேத மில்லை மிடுக்கான மந்திரத்தில்
ஒருமுறைக்கூறினால் உடலாகும்
ஒருமுறைக்கூறினால் உயிராகும்
மாற்றுக் கருத்தில்லாமல் மூன்றாம்
முறை முழுமையை கொடுக்கும்
மொட்டிலிருந்து மலராகவும்
மலரிலிருந்து செடி கொடியாகவும்
விதையிலிருந்து வந்த செடியின்
விந்தைமிகு மொட்டிற்கு எத்தனை
பெருமை எத்தனை பயன் உலகிற்கு

பேரும் புகழும் கிடைப்பதுபோல்
இம்மந்திரமும் இனிதே எல்லா நிலையும்
இனிதாக ஈர்த்து தேவரையும் கற்கும்
அனைவருக்கும் அருள்மீது அருளை
அழியாத நிலையில் வழங்கும் கற்பகமாகும்
சஹஸ்ராரம் என்னும் நாமம் கொண்டும்
சிறு சிறு சில சொற்களில் நிறைவேற்றும்
எங்கிருந்து இதனை ஒலித்தாலும்
எல்லை மீறிய அருளைச் செலுத்தி
ஆண்டவன் விஷ்ணுவை உயர்த்தும்
ஆதிசிவன் அருளியமந்திரமாக திகழும்
சஹஸ்ரார மந்திரம் ஆயிரம் அருள்களை
சாதரணமாக வாரி வழங்கும்
வஷ்ணு சஹஸ்ராரம் என்பது அருள்
வெற்றிடங்களை உள்ளடக்கியது
ஸ்ரீஎன்பதும் ரமே என்பதும் ஓம்
ஸ்ரீம் என்பதும் ரீம் என்பதும் இணையும்
ஒன்றுடன் மூன்று சூண்ணியங்கள்
ஒன்றிணைந்தால் சஹஸ்ராரமாகும்
இங்கு விஷ்ணு சஹஸ்ராரமாகும் என்பது
இணைதலின் மூலம் உருவவாதாகும்
ஒன்று என்னும் இலக்குமியுடன் மூன்று சூன்யங்களுடன்
ஒன்றிணைவதால் உருவாவது சஹஸ்ராரம்
இதன் இயற்கையழகே விந்தை

இதை வெளிப்படுத்த வார்த்தைகள்
இல்லை எனறே இங்கு கூறலாம்
இன்மை என்பது சூன்யமே ஆகும்
சிவன் அருளால் உருவாகிய விஷ்ணு மந்திரம்
சிந்;தனையைச் சூழும் சஹஸ்ரார மந்திரம்
பெருமைக்குறியது போற்றற் குறியது
பொய்மை என்னும் மாயை அகற்றுவது
அதனால் போற்றுதல் பொய்மை அகற்றும்
அருளை வாரி வழங்கும் மேன்மை வரும
சஹஸ்ரார நாமததினால் விஷ்ணுவை
சிந்தனையை புத்தியில் வைத்து போற்றுவது
அர்ச்சனையின் சிறப்பு பக்திக்கு
அருளை பெருவதும் அதன் உச்சம்
இதன் காரணமாக சிவனின் அருளில்
இணையிலாத சஹஸ்ரார நாம
விஷ்ணுவின் அருளும் வாரி
வழங்கப்படுவது பெருமைக் குறியது
சஹஸ்ர போற்றிகள் என்பது
சிந்தனையில் வைத்து முழுமையை
போற்றுவதாகும், இல்லையேல்
பற்றுவதாகும், இல்லையேல்
பற்றக்குறை என்னும் சந்தேகம்
எங்கும் முழுமையின் சந்தேகமாக்கும்

ஆதவன் சுவாமி

எளிதில் சூழ்தலின் காரணமாக
சதத்திற்கு ஒரு பத்தை கூட்டுவது
சஹஸ்ராரத்திற்கும் ஒரு பத்தை கூட்டுவர்
அப்பொழுதுதான் முழுமையின் நிறைவை
அழகாக அமைக்க முடியும்
இல்லாவிடில் உலகின் மாயை
இழுத்து கூட்டி விடுவதில் சந்தோகமில்லை
முழுமையின் நிறைவை போற்றவே
மாயையின் மயக்கத்தை நீக்கவே
பக்தியை எப்பொழுதும் வழியச் செய்வர்
பக்தியை கூட்டும் பொழுது
எங்கும் எதிலும் நிறைவு பெரும்
எழில் மிகு இயற்கை வளர்ச்சி
நிம்மதியை ஏற்பதற்கு முழுமையாகும்
நிறைவை சூட்ட மாயை அழிந்து
நீண்ட மனதை உயர்த்த வேண்டும்
விதி என்பது நம் புண்ணிய பலனாகும்
வீழ்ச்சியும் தாழ்ச்சியும் அதில் அடங்கும்
தன்னுடைய சுய ஒளியில் எப்பொழுதும்
திறம்பட பிரகாசிப்பவன் அவன்தான்
நித்தியனாவான் சர்வ சாட்சியும் அவனே
நினைவில் கொண்டு சகுணப்பிரம்மம்
அவனே ஈஸ்வரன் என்று அறிதல்
அழியும் மனிதத் தன்மைக்கு முக்தி

பிரம்மத்தன்மை உடனுறையும்

பரம் பொருளின் நிறைவும் ஓங்கும்

அதனால் "அஹம் பிரம்மாஸ்மி" என்னும்

அழியா எனக்கு கிடைத்த இந்த இரண்டாம் மந்திரம் எளிதில்
பற்றியது

உண்மை என்னவெனில் எதைப்பற்றினாலும்

உழன்று சுழன்று முடிவுக்கு வரும்

எப்பொருளானாலும் உலகத்தில்

எழுச்சியும் ஒன்றாக திகழும்

எல்லா முனிவர்களும் ஞானத்தின்

எழுச்சியின் மூலம் இம்மந்திரத்தை

உணர்ந்து ஒளி வெள்ளத்தில்

உயர்வாக மூழ்கி, தன்னில் மூழ்குவர்

அதைத் தான் உண்மையின் தன்மை

அழியாது நிலைக்கும் பேருண்மை

முக்திக்கு வழிகாட்டும் ஆதாரம்

முழுமையின் வழியும் தன்மையுமாக

இந்த மாபெரும் மந்திரம் ஈட்டும்

இமய உயர்வு நானே பரப் பிரம்மனகும் தன்மையாக

அடுத்த மந்திரம் பிரம்மா ஹமஸ்மி யாகும்

அசுத்தமான மாயை அகற்றுவதும்

இந்த மூன்றாம் மந்திர மகிமையாகும்

இயல்பில் இருக்கும் மாயையின் ஆட்சியை

இருக்க இடம் தெரியால் போக்கும்

இம்ந்திரத்தினால் மாயையை சுத்தப்படுத்தினால்

மேலுலகில் எல்லா மந்திரங்களும் உயிர் பெரும்
மாயையும் இடம் தெரியாமல் மறையும்
இக்கலியின் கொடுமையினால்
இருக்கும் யோகிகளும் ஞானிகளும்
நிலையில்லாமையை பெற்றிருப்பது
நிந்தைக்குறியது என்றே கூறலாம்
ஒரு காலத்தில் ஞாயமும் தருமமும்
ஓங்கி வளர்ந்திருந்தது தற்பொழுது
அவைகளை தேட வேண்டி இருக்கிறது
அழிவும் நிலையாமையும் அடர்ந்து
ஆட்சிபுரிவது இம்மாயையின்
கோலமாக திகழ்கிறது, "நான் உடல்"
கேவலமாக ஊஞ்சலாடுகிறது
நம்முகத்தில் நமச்சிவாய வருவதற்கு
நாளும் பொழுதும் துடித்தாலும்
மாயையின் அட்டகாசம் அதிகமாம்
மோசமான நியீலையில் பரப்பிரம்மன் இல்லை
சத்தியம் அறிவுக்கு எட்டினால்
சிறப்பான பெரிய மனிதன் தென்படுவான்
சத்தியத்தை கடைப் பிடிப்பவன்
சிறந்ததுறவிகளாகி விடுகின்றனர்
நான்காம் மந்திரம் ஒளிமந்திரம்
நன்றாக ஆதவனாகி ஒளிர்கின்றது
"ததவமசி" என்னும் மந்திரவம இதுவாகும்

"தத்துவமசி" என்றால் தன்னுள் ஒளி
ஏற்றுவது உருவமில்லா ஆத்மனாவதாகும்
எந்த நியமங்களும் இருப்பதில்லை
ஆசனத்தால் வியாதிகெடுகிறது
ஆரோக்கியம் பெற்று மகிழ்ச்சி பொங்கும்
பிரத்தியாகாரத்தினால் மனவிகாரம்
பறந்து ஓடுகிறது மாயை அகலும்
தியானத்தால் யோகி அற்புத உணர்வு
திறமையுடன் பெற ஏதுவாகிறது
கண்ணிமை மூடிக்கொண்டு இதனால்
கீர்த்தியின் ஆத்மனுக்கு சரணம் கூற வேண்டும்
விபூதி கவசம் மற்றும் ருத்திராட்சை
விழிப்புடன் அணிவது ஈசன் வசப்பாடு, ஏற்படும்
வழிப்பாட்டினால் விளைவது என்பது
வாழும் சிவமே சக்தியால் சிவமாகும்
அஞ்ஞானம் அழிந்தொழிந்து
ஆற்றல் தெய்வத்தினால் nருகும்
தன்னுள் ஒளிதானாக வளரும்
தத்வமசியின் ஒளி வளர்ந்து
தானாக வளம் பெற்று இருட்டு அழியும்
ஐயப்பனின் உண்மை தத்துவம்
ஐயமின்றி இதுவே ஆகும்
ஐந்தாம் மந்திரம் ஆற்றல் மந்தரமாகும்
ஐயனின் ஆத்ம மந்திரம் "பிரம்மாஸ்மி"

ஆகும் அதை;த தொடர்ந்து உணர்த்தல்
ஆழகாக தன்னுள் ஒளி ஏற்பட்டு
"பிரம்மாஸ்மி" யாகும் மெருகேரும்
பெருமை பெரும் மனது ஒளிபெரும்
இம்மந்திரத்தன்மைக்கு எற்ப
இகபரசுகம் இவ்வுடலில் மிளிரும்
இதுதான் கடைசியும் ஐந்தாம்
மந்திரத்தின் உலகின் ஒளி வெள்ளமாம்
மாய உலகின் மாட்சிமையும் இதுவே
உலகத்தில் உயிர்களின் மனது
உயர்ந்தது அதுதான் அனைத்தையும்
இயக்கும் அதனால் மனதில்
இனிமையான ஒளி ஏற்றப்பட
வேண்டும், தான், உயர்ந்து, ஓங்க
வழிகொடுக்கும் இந்த "பிரம்மாஸமி"
மந்திரம் மனதை ஒளிமயமாக்கும்
மாயையின் தந்திரம் எடுபடாது
செய்வதுதான் இதன் திறனாகும்
செம்பைடுவது இம் மனதின் உயர்வு
தீபம் ஜோதி பரப்பிரம்மா என்பது
திறமையாக இவ்வொளியை
சிறப்புறச் செய்வது இனிமை
சிந்தனைக்குறியது மனதின் பக்குவம்
ஆகும் என்பதில் மனிதனின் உயர்வு

ஆற்றல் பெற்று ஒளிர்வது சிறப்பு
காந்தி மண்டபத்தின் அருமை எனக்கு
கீர்த்திக்கு வழி வகுப்பது அதன் நல்ல
உள்ளுணர்வின் சதந்திர உணர்வாகும்
உண்மைக்கும் சத்தியத்திற்கும் பெருமையாம்
எனக்கும், மேற்குறிப்பிட்ட ஐந்து
எழிலும் நன்மையும் சூட்சுமமும் பெற்ற
சூத்திரங்கள் என் அங்கங்களையும்
சூட்சும நிலைக்கு எடுத்துச் சென்றது
ஞானத்தின் ஒளியே ஆகும் என்பதில்
ஞாயிறுதோரும் ஓய்வாக சிந்திக்க
சிறப்பு வாய்ந்தது என்பதும் அதன்
சிறந்த தன்மையே எனலாம்
காந்தி என்னும் யெருக்கு இந்த
கீர்த்தி எங்கிருந்து வந்தது
அதுதான் அவர் பெயரில் பெற்ற
அருமை இந்திய சுதந்திரமாகும்
நான் வேலை செய்த நூலகமும்
நல்ல சுதந்திர ஒளியை வீசும்
இம்மாபெரும் செழுமை செங்கோட்டை
இறைவனின் புனிதம் பெற்றது
இங்கு சுதந்திரத்திற்கு பாடுபட்ட
இந்திய மகாத்மாவாக இந்த
கட்டிடம் எடுத்தியபும் வரைக்கும்

காண, இச்சிகப்பு வண்ணிமே பெரிதும்
இறைவன் செய்யும் செயல்களை
இதமாக அவன் நாமம் செய்துவிடுகிறது
அதைப்போல எல்லா இடங்களிலும்
அவர் நாமம் சுதந்திர உணர்வை உணர்த்தும்
இந்திய மண்ணுக்கு சுதந்திரம் என்பது
இதயத்திற்கு ஐந்து மந்திரங்கள்
இங்கு எல்லா காலங்ளிலும் ஆன்மீகம்
இனிதே வளர ஏதுவாயிருந்தது சிறப்பு
அப்பொழுது முகமதியர்களளும் ஆங்கிலேயரும்
அழியாது வேரூண்றியிருந்த காரணத்தினால்
வேற்றுமையில் உண்மையும் ஒற்றுமையும்
வேரூன்றியிருந்த காரணத்தினால்
தனித்தனி குடும்ப சுதந்தரம் தொடர்ந்தது
தானியங்கும் தத்துவம் சிறந்திருந்தன
ஒளிபெற ஒங்கியது வளர்ந்தது
அதைப்போல என் இருதய மண்ணில்
ஆட்சிபுரியும் ஐந்து மந்திரங்களும்
இராமந்திரம் மூலம் இராம ராஜ்யம்
இரண்டாம் மந்திரம் நானே பரம பிரம்மன்
தனிமந்திர சுதந்திரம் துறவின் ஆதாரம்
தரணியில் ராமராஜ்யம் மந்திரம்
மனதில் பரப்பிரம்ம மந்திரம்
முனிவர்களை ஈஎர்க்கு மாமந்திரம்

உலகைச் சூழ்ந்துள்ள மாயையை
ஊழாக வேரருத்து உயர் சொர்கமாக்க
உழைப்பின் மேன்மையில் பசுமை
உயரும் உண்மையை பின்பற்ற
உலகமே உய்வடைவதை பார்க்கும்
உண்மையும் உயர்வு உழைப்பில்
என்பதில் எந்த ஐயமுமில்லை
எளிமை வாழ்வை பற்றிய
மகானுக்கு நாம் செலத்தும் நன்றியும்
மாபெரும் சுய ஆட்சியின் பெருமையாம்
மகாத்மா தருமத்தை கடைபிடித்தார்
மாபெரும் சுதந்திரத்தை பெற்றெடுத்தவர்
சத்தியத்தை ஆதாரமாக திடமானவர்
சாதனைகள் புரிய அவைகள் துணை புரிந்தன
தானமும் தவமும் அவருக்கு நானை
தனியாக அழித்து துறவை ஈன்றது
இதனால் கருணை உள்ளம் உருவானது
இம்சையில் அழிவைக் கண்ட மகாத்மா
அஹிம்சைக்கு முழுமையாக அடிபணிந்தார்
அரே ராம் அவருக்கு உறுதுணையானது
இவ்வுணர்வுகள் எனக்குள் நீண்டாலும்
இவைகளுக்கு நன்றி தெரிவித்த
வண்ணம் நான் தஞ்சம் புகுந்த இடத்திற்கு
வாழ்த்துக்களை தெரிவித்த வண்ணம் வணங்கினேன்

நான் என் தொழில் இருந்த வண்ணம்
நற்பயணம் என்னும் ஐயப்பயாத்திரை
பதினைந்து ஆண்டுகாளாக தொடர்ந்தேன்
பக்தியின் பக்குவமும் தொடர்ந்தன
பம்பைநதி என் உணர்வில் கலந்த
பந்தள குமாரன் ஐயப்பனின்
ஆனந்த நதியாகும் இங்குதான்
ஆழ்ந்த நாற்பத்தி எட்டு மைல்கள்,
தூரப்பயணத்தின் மயக்கத்தை ஆற்றும்
துணைவன் என்றே கருதலாம்
ஐயப்பன் அருளாளக வழியும்
ஐயங்கரனின் ஆட்சி பீடம் பம்பை
புனிதத்தின் புனிதம் இதன் கரையில்
பூரிப்பையும் ஐயனை சந்தித்தது உணர்வை கொடுக்கும்
எல்லாவற்றை விட அதிசயம் என்
ஏற்றத்தை எடுத்தியம்பும் தந்தையின்
அற்புத பம்பா நதிக்கரை தரிசனம்
ஆற்றல்மிக்க என்றும் காண கணவாகும்
உண்மையும் மாயையை அகற்றும்
உயரிய கனவு என் இதய தெய்வம்
என் இந்த உடலுக்கு உயிர் கொடுத்த
ஏற்றத்தை நல்கும் தந்தை இக்கரையில்
இனிதே தோன்றியது இன்ப மயம்
இந்த இன்பம்ப நிகழ்ச்சி ஒரு

ஓம்கார ஸ்ரூமாக இருந்தது
ஓய்வே இறை நிலையாக திகழ்ந்தது
நித்திரையானது நிறைவைக் கொடுக்கும்
நித்தியம் நினைக்க அருமையானது
ஈன்ற பொழுது பெரிதுவக்கும் புண்ணியம்
இயல்பாக என்னுள் புகுந்து பரவசம்
ஊட்டும் பெரும் ஊற்றாக இருந்தது
உந்தும் எற்றமும் அறிவும் ஒளிர்ந்தால்
தற்பொழுது தான் அவர்காட்சி பொக்கி:ம்
தந்தையின் அற்புத பொக்கி:மாகும்
என்னும் நிலைமை என்னுள் உண்மை
ஏற்ற உயர்நினைவாக வளர்ந்தது
நான் ஏன் பிறந்தேன் என்றால்
நதிக்கரையில் தந்தை தரசினம்
என்பது தான் சிறப்பு அதிலும் பம்பை
என்னும் பவித்திர பந்தள மன்னன்
ஐயன் ஐயப்பன் தத்துவமசி
ஐயப்பனின் அற்புத தத்ததுவம்
தன்னில் ஒளி ஏற்றுவது என்பது
தன்னை ஐயப்ப பயணத்திற்கு துணிவதாம்
மாலையயணிந்த பிறகு தொடரும் உபவாசம்
மணிகண்டனுக்கு அற்பணிக்கும் பணிவு
இரண்டாம் முறை நான் பம்பை நதிக்கரையில்
இபவித்ர பயணத்தில் இரவு உறங்கும் சமயம்

உறக்கத்தில் ஆழ்ந்த கனவு என்னை
உயர உயர்த்தும் அளவில் அதிசயமாக
பெரும் புதிரை உருவாக்கியது ஒன்றாம்
பண்பான என் தந்தை யாரை சந்தித்தது
பாச உணர்வில் உழற்றியது சிறப்பு
பவித்ரம் பவித்ரம் பம்பை நதிநீர்
பவித்ரம் பாவங்களை போக்கும்
ஆனால் இரவு கனவில் என் தந்தை
அன்பு ததும்ப நடந்து வந்து என்னை
சந்தித்து யான் பெற்ற சொர்கசுகமாம்
சிந்தனைக்குறியது தத்வமசியின்
உயர் ஒளியாகும் நான் பலமுறை
உயர்ந்த பொன்னம்பலமேட்டில்
ஐயப்ப ஜோதியை அம்மேட்டில்
ஐயப்பனருளால் கண்டது என்
எச்ஜென்ம பலனோ அருளோ
எழும் ஜோதியின் பூர்வ ஜன்ம
புண்ணியமோ பாக்கியமோ
பாரின் பரஞ்ஜோதி கதிர் வீச்சோ
ஒரு நொடியின் ஒய்யார ஓம்காரமோ
ஓமில் ஜொலித்த முக்தியின் அருளோ
சரணத்தை இருமுடியுடன் சமர்பிக்கிறேன்
சேயாக பரமனின் அருளுடன் வணங்குகிறேன்.
கண்குளிரா ஜோதியாக ஜொலித்த

கண்கொள்ள அபூர்வ சக்தியாக
என் தந்தை நடந்து வந்தது ஒரு
எழில் மிகு வெண்தோற்றம் நடந்து வந்து
எனக்கு காடச்சி கொடுத்தது என்வழி
என்னுள்ளிருந்து வந்ததே அல்ல
என்னை ஈன்றெடுத்த தந்தையின்
ஏற்றிவைக்கும் கருணை வெள்ளமோ
பேச்சம் வரவில்லை என்ன செய்வது
பார்க்கத்தான் கண்கள் செய்தது
மற்ற உறுப்பக்களெல்லாம் புல்லரித்தது
மானிடனற்ற உயரியநிலைக்கே சென்றேன்
வார்த்தைகள் ஒன்றும் வரவே இல்லை
வணக்கம் செலுத்திய நிலையில்
எல்லாம் ஒருநொடியில் மறைந்தது
ஏனிது இது எப்படி சாத்தியம்
யுவரின் அருள் என்றால் பம்பை
என்றுதான் கூற இயல்பினுடையதும்
நான் கண்டதினால் என் கண்கள்
நினைவாற்றலைப் பெற்றது எனலாம்
மனதில் அருளை வாரி வழங்கியது
மறக்க முடியாத அழியாத நினைவை
என் வாழ்வில் பதித்தது யாருக்குண்டு?
எடுத்து இயம்பும் பொழுது
உடன்பிறந்த அனைவருக்கும்

உயர்ந்த ஏக்கத்தை உருவாக்கியதில்
எந்த சந்தேகமுமில்லை இந்த
ஏட்டின் வெளிபாடு பவித்ரம்
சொர்கத்தின் இணைப்பினால் உறவு
சிகரத்தின், உணர்வுகளில் கதிர் வீச்சு
என்பதை என்னால் மகிழ இயலாது
எழும் சொர்க உணர்வுகள் வெற்றியே!
"தத்வமசி" என்பது இதுதானோ?
தன்னுள் ஒளி ஏற்றய ஐயப்பன்
தன் தந்தையின் உருவில் வந்ததே
தன்னுள் ஒளி எற்ற அறிவுறுத்த
வந்தனரோ என் தந்தையின் உருவில்
வாழும் ஐய்யப்பனின் திருவிளையாடலர்?
எதுவானாலும் எனக்குதான் பலன்
எளிமையான ஐயப்ப உருவில்
இருமுடியை எடுத்துக்கொண்டு
இன்பமாக வந்த எனக்கு கிடைத்த
பக்தியின் பலனோ? இறைவா!
பந்தள இராஜனே! ஐயப்பனே!
எனக்கு இப்பவித்ர பம்பா நிதிக்கரையில்
எளிமையான புண்ணியத்தை
அருளி என்னுடைய ஏழேழு ஜன்ம
அன்பு பக்தி வாரிசுகளை வாழ்த்தும்
முக்தியை என்னே என்பதை அறியாத

முயற்சியில் "தத்வமசி" யில் மூழ்கினேன்

பம்பாவாசனே பரம்பொருளே

பவித்ரத்தின் பவித்ரமே தீப ஒளியாக

எல்லாம் சூஜhதியாக காட்சிக் கொடுத்து

எளிமையான என் உள்ளத்து

ஒளிவிளக்கே! கற்பூரசூஜhதியே

ஓமில் ஒளியாக ஒளிரும் ஓம்காரமே

ஏன்னை ஈன்றது ஒளி என்றுதத்ரூபமாக

என் உணர்விற்கு எட்டவைத்த பெருமானே!

ஐங்கரன் தம்பியே! சூஜhதியே!

ஐயப்பனே! சரணம் ஏற்கிறேன்

ஆத்மனே எனக்குள் இருக்கும்

அன்னையையும் பிதளவையும் அமரர் ஆக்கும்

கட்டுக்கடுங்கா சக்த்தியாகும்

கனவிலும் நனவிலும் எப்பொழுதும்

எங்கிருப்பினும் சூழ்நிலைக்கேற்ப

என்னுள் இருந்து வெளிவரும்

அந்த ஆத்மனின் சக்தியை உள்வாங்கவும்

அடியெடுத்து வெளிப்படுத்தவும்

தன்னுடைய உறுப்பகளின் அணுக்கள்

தழைத்தோங்குவதன் மூலம் எல்லா

உலகங்களையும் உறுப்புக்களிலேயே

உள்ளடக்கிய வண்ணம் ஊற்றைப் போல்

பெருக்கெடுத்து தேச தேசங்களின்

பெரும் மனிதர்கள் தேவர்கள் முதலான

எல்லா ஜீவராசிகளையும் சுயம்

எங்கும் பிரகாசனாக ஒளிரும்

கடவுளே ஈஸ்வரன் என்ற இங்கு

கண்டிப்பாக அறிய வேண்டியதாகும்

ஈஸ்வரனாகவூம் அவனே! பரமாத்மனும் அவனே

இனிமையான "ஸ்வராட்" என்னும்

மாபெரும் சக்தியும் அவனே என்றால்

முக்தியும் சக்தியும் மூலமும் அவனிடமே

அவனே பரப்பிரம்மனாவான் இரண்டில்லா

அங்கும் இங்கும் எங்கும் நிறைந்தவன்

ஒன்றானவனும் ஓங்கார ஸ்ரூபம்

ஒளியமயமான எல்லாமுமானவன்

அந்த பிரம்மம் என்னும் சிவம்

ஆத்ம ஈஸ்வர சாட்சாத்காரமாம்

அது சரீரத்தோடு கூடி செயல்படுவது

ஆதி சிவசக்தியின் ஐக்கிய சரீரமாம்

இதையே குண்டலிவடிவாகிய சக்தி

ஈஸ்வரனின் குண்டலினி பிரம்மரந்திரத்தில்

சிவத்துடன் உறையும் பெரும் பேறு

சிவகரத்துடன் பெற்ற ஐக்கியமாம்

அருள் பெரும் பரமாத்மனும் ஒன்றே!

உன் நாசியை ஒரு முகப்படுத்தினால்

உன் மனமும் ஒருமுகப்படும், நிலைக்கும்.

உன்னுள் இறையும் நாதமானது
உன்னுள் அச்சரங்களாக ஒலிக்கும்
சிவத்தையும் ஆத்மனையும் அறியாது
சிந்தையை மனம் போன வழியில்
வழிநடத்துவதால் சிவத்தை இழந்து
வாழும் காலத்தில் சவநிலையடைந்து
அழிந்து ஒழியாமல் சிவமாகிய
ஆத்மனை உன்னுள் உறைய வைத்து
ஆழியாத நிலையை பெறுவதுதான்
ஆத்ம ஜோதியின் ஒங்கார நிலை
நான் இந்த உடல் என்று நினைக்கும்
நாள் முதல் அறியாமை என்னும்
அவல நிலை இந்த உடலுக்கு இருந்துகொண்டே
அழிக்கும், நான் கடவுள் என்னும்
உண்மை நிலையை உணர்ந்து நடந்தால்
உயரிய பரப்பிரம்மம் உன்னுடையதே!
கற்பனைகள் என்று அழிகிறதோ!
கடவுளும் அன்றே முக்தி அருளுவார்.
எல்லாம் நானே என்னும் அறிவு
எழுந்தால் உலகம் தனக்கு தானே
சாரமற்று போகும் இதை உணர்ந்தால்
சிந்தனையில் பிரம்மம் உண்மை என்பது
புத்திக்கும் எட்டும் முக்திக்கு
புதிய வழிகள் தெரியவரும்

ஓம்காரம் என்பது ஆக்கல் காத்தல் அழித்தலாம்
ஓம்காரமே எனக்குள் இருக்கும் சத்தியாம் அறிந்தது
அதுதான் ஆத்மன் என்பதை அறிந்து துறந்த
அனைத்து முனிவர்களும் அறிவர்
எல்லாம் ஒன்று அதுதான் ஓம்காரம்
எவருடைய பொழுதும் நமச்சிவாய
இல்லாமல் போகாதோ? அவர்கள்
இவ்வுலகில் நமச்சிவாய வாகவே
ஆவது உண்மை தத்துவமாகும்
அழிவு என்பது புதுமையின் துவக்கம்
பரிபூர்ண ஒளி பொருந்திய மும்மூர்த்திகள்
பாரை உருவாக்க ஆத்மனின் மூலம்
உண்மையை உணர்த்த யோகத்தை
உருவாக்கி முனிவர்களை உலாவ
விடுத்திருப்பது மாயையின்
விழியை மயக்க வைப்பதாகும்
மாயை ஒன்றுதான் விதியை
மயக்கத்தில் மாற்றியமைக்கும்
முயற்சியாக செயல்களை செயல்படுத்தும்
மாறும் விதியின் செயலும் தொடர்வது
இப்படியாக மாற்றப்படுகிறது
இவ்வுலகம் ரீம்கார உலகில் உழலுகிறது
அன்னைத்தான் அறிவது சிறப்பு உயர்வு
தான் பரமாத்மனின் துகளான

ஆத்மன் இந்த உடலில் தங்கியிருப்பது
ஆறிதல்தான் முக்திக்கு வழியாகும்
ஞானம் பெற்றவன் பிராமணன்
ஞாலத்தில் அவனே பரமேஸ்வரன்
மாயையிலிருந்து விடுபட்டால்
மோட்சம் கண்டிப்பாவது உறுதியாகும்
உலகில் ஐயப்ப யாத்திரை தேசத்தின்
உயர்வின் யாத்திரையாகும் இதில்
உயர்ந்தவர் தாழ்ந்தவர் என்பதில்லை
உயர்ந்தோங்க வழிகாட்டும் யாத்திரை
ஆகும் என்பதில் ஐயம் என்பதே இல்லை
ஆரறிவின் உச்சம் இதில் அடங்கும்
"தத்துவமசிக்கும்" க்கும் முக்கியத்வம்
தான் இந்த யாத்திரையின் மூலம்
ஆனால் பக்தர்கள் கோசத்தில் மூழ்குவது
அறியாமையோ ஆழ்தலோ,
பெருமையின் காரணமோ? தான்
பக்தனின் வேடம் பூண்ட மனிதனோ
எல்லாம் அவரவர் மனதை பொருத்து
ஏற்றமும் தாழ்வும் இறைவனுக்கு
அருளைப்பாடுவது இருமுடியின் தத்துவத்தில்
ஆதவனின் ஒளி ஏற்றப்படுவது
எங்கும் எதிலும் இவ்வுலகின்
எழுச்சியின் தத்துவமே "தத்வமசி"

என்னும் மந்திரத்தில் தான் என்பது
எத்தனை மாலை அணிந்த பக்தர்கள்
அறிவர் என்பது இறைவனுக்கு ஒளியாம்
ஆட்சியும் வீழ்ச்சியும் மாயையின்
தன்மைக்கு கிடைத்த வெற்றியாஙம்
தலைமேல் சுமந்த இருமுடி அதை
தானாக அழித்து ஒளி பந்தளமேட்டில்
தன்னம்பிக்கை ஊட்டும் ஜோதியாம்
தீபம் ஜோதிப்பரப்பிரம்மா என்னும்
திறம்மிக்க மந்திரம் "தத்வமசி" யாம்
"தத்வமசி" மந்திரம் உலகின் மந்திரம்
தரணிக்கெல்லாம் உயர்ந்த மந்திரம்
தன்னில் ஒளி ஏற்றுதல் என்றால்
தவசியின் பண்பைக் கொண்டு ஐயப்பனை
அரவணைப்பதாகும், அக்ஞானம் என்னும்
ஆழ்ந்த இருளை அகற்றுவதாகும்
மாயா மோகங்களை அகற்றிசுயம்
மேலுரையும் பிரகாசத்தை ஏற்றுவதாம்
கற்பனைகளை அழிக்க வேண்டும் பக்தியை
கேடில்லாமல் விளைவிக்க வேண்டும்
சோஹம் என்று போற்றப்படும்
சிறந்தது உலகில் ஆத்மா ஒன்றதான்
சம்சாரத்தினால் தியான சக்தி என்பது
சரிந்து கீழ் நோக்கி செல்லும்

ஆனால் யோகத்தின் மூலம் சம்சாரமும்
ஆழ்ந்து யோகந்தில் மேல்நோக்கும்
இழிவான இவ்வலகில் வாழ்தல் என்பது
இறைவனை புகையில் மறைத்தலாம்
இறைத்தன்மை வளர்பது "தத்வமசி" யில்
ஈட்டும் ஆத்ம வளர்ச்சியே ஆகும்
நல்ல நாட்கள் என்பது இறைவனில்
நினைவப்பதித்தலாகும் வாழ்தலாகும்
இவ்வுடலை நான் பெற்றது நல்ல
இறைப்பொருள்லில் உழல்வதாம்
இறையில் மூழ்க வழிகாட்டி ஐயப்பன்
இச்ஜகமதில் முக்திக்கு வழி ஐயப்பன்
ஐயப்ப யாத்திரையில் எனக்கு
ஐயமின்றி கிடைத்த மந்திரம்தான்
"தத்வமசி" மந்திரம் உலகின் அதிசயம்
தவத்தின் மூலம் கிடைக்கும் பேரொளி
நான்காவதாக நான் பெற்ற மந்திரம்
நாளும் பொழுது நிலைக்கும் முக்தியின்
ஆதாரம் மாலை தரிப்பதின் பவித்ரம்
அய்யனுக்கு பந்தள மேட்டின்
ஒருநொடி தீபம் தொடர்வது
ஓம்காரத்தின் மற்றும் இரண்டு
இன்ப ஒளித்தூண்டல் உயிர்க்கு
இமய வளர்ச்சிக்கு வழிகாட்டியாம்

தனிமையில் தனியாக தவக்கோலம்
தாங்கிய ஐயப்பனின் தன்மை
உலகில் பற்பல பண்பிற்கும் வித்திடும்
உண்மை துறவிற்கு வழிவகுக்கும்
பொன்னம் பல மேட்டின் தீப ஒளி
பாரில் பெருக்கெடுத்து ஓடும்
சபரிமலையின் தவக்கோலம்
சாஸ்தாவிற்கு சொந்தமானது
சரணம் ஏற்றால் மரணமில்லை
சிறப்பாக நினைவில் முழுகுவது
பந்தள ராஜனின் பேருண்மையின்
பக்தி வெள்ளம் கோசங்களாக
எங்கெங்கும் ஓங்கி வளரும்
எழுச்சியில் குறிகோள்களின்
வளர்ச்சியும் வாழ்த்தும் புதைந்து
வளர்ந்து துளிரில் வெளிப்படும்
இது "தத்வமசி" யின் பேரொளியாம்
இறையருளின் எற்றமாகும்
ஐயனே! அப்பனே! ஐயப்பனே! பம்பவாசனே!
ஐங்கரனின் சோதரனே! எல்லா முமானவனே
"தத்வமசி"யின் நாயகனே வழிகாட்டியே
தந்தையின் உருவெடுத்த பம்பாவாசனே!
எப்படி என் தந்தையின் கோலம் கொண்டாய்
என் புண்ணியமோ உன் கருணையின்

எழிலோ பம்பை மண்ணின் பவித்தரமோ
எல்லா உயிரினங்களின் மாயையே
மாயை என்பது உலகின் தன்மை
மேலாக நினைத்து மேன்மையுறுவது
முக்திக்கு மகேஸ்வரன் அருள் ஓங்கும்
மாயை அகன்ற ஆத்மன் பவித்ரமாகும்
பரவேஸ்வரன் தன்மையும் கிட்டும்
பாரில் அறிவொளி இதற்கு காரணம்
தன்னில் ஒளியை எற்றினால் மாயை
தானாக இல்லாமல் போய்விடும்
தத்வமசியின் இரகசியமும் இதுவே
தவக்கோல ஐயப்பன் ஒளிர்வதும் இதுவே
பம்பையின் நதிக்கரையினிலே
பம்பாவரசனின் அருளால் தந்தை
திருமேனியை தத்வமசி தத்தவத்தில்
தழைத்தோங்கியது என்றும் குன்றாது
ஜோதி உருவில் பலமுறை காட்சி கொடுத்த
ஜோதியான ஐயன் தந்தையின்
வடிவில் வந்து பவித்ரம் கொடுத்தது
வாழ்தலின் எடுத்துக்காட்டாகும்
நாம் செய்த பக்தியின் அருளாகும்
நன் மண்ணின் ஒளியின் மேன்மையாகும்
ஞானமும் இதுவே ஞாலமும் இதுவே
ஞானத்தின் ஒளி தீபச் சுடராகும் வளர்க

நான் பெற்ற ஐந்தாவது மந்திரம்
நலம் பல தரும் "பிரம்மாஸ்மி"யாகும்
பிரம்மாஸ்மி என்பது மனதின் மந்திரமாகும்
பிரமைகளையும் கற்பனைகளையும் களையும்
மனிதனுக்கு வேண்டிய மூல மந்திரம்
மாபெரும் ஒளிவெள்ளமாக்கும்
"மனதில் ஒளி ஏற்றும்" மகிமையாம்
மாயை அழிக்க உலகின் மாட்சிமை மந்திரம்
கலியுகம் என்பது கல்மசங்களின்
கடுமை எற்று மனிதர்களை தாக்குவாம்
ஆனால் இம்மநத்திரத்தினால் மனம்
அமைதியும் ஆனந்தமும் பெருகும்
மனம் ஒளி பெற்று மேன்மையுறும்
முக்திக்கு உயர்வைக்கொடுக்கும்
மனதில் ஒளி என்பது மனதிற்கு
மாபெரும் காவியங்களின் தத்துவ
சிந்தனைகளை அறிந்தால் ஒளி-ஏற்றுதலாம்
சிந்தனையை செம்மையுற செய்தலும்
ஒன்றாகும், ஓம்காரம் ஓங்கவேண்டும்
ஓம் நமசிவய ஓம் நாராயணா
என்று ஜபிக்கும் பொழுது மனது
எழுச்சியின் ஒளியில் மகிழும்
இந்த மன எழுச்சியும் செம்மையும்
இனிய சொர்க்கத்தையும் முக்திக்கு

வித்திடும், பரமாத்மனின் நிழலைத்

வினைகளின் மூலம் தொடும்

உலக வெற்றி என்பது மனதின்

உந்தலின் காரணம் நடைபெறும்

உயர்ந்த மனதுதான் ஒளிபெற்று

ஊழை வெல்லும் என்பது தின்னம்

இந்த ஐந்து மந்திரங்களும் எனக்கு

இவ்வையத்தில் கிடைத்து பெருமையாகும்.

இவைகளைச் சுழற்றி சுழற்றி ஏற்றால்

இம்மையிலும் மறுமையிலும் முக்தியாம்

"அஹம் பிரம்மாஸ்மி" நானே பரப்பிரம்மன்

"பிரம்மாஹமஸ்மி" என்பது மாயையை அகற்றுவதாம்

"தத்வமஸி" என்பது தன்னுள் ஒளி ஏற்றுதலும்

"பிரம்மாஹமஸ்மி" என்பது மனதில் மாயை அழித்தலாம்

இத்துடன் முதல் மந்திரம் "ஸ்ரீரா ராம"

இராமேதிரமே ராமே மனோரமே

ஸஹஸ்ரநாம தத்துஸ்யம் ராநாம வரானனே! !

ஸஹஸ்ரார மந்திரமான இதை மும்முறை

சொல்ல ஆயிரம் நாமத்திற்கு சமமாகும்

சிவன் உரைத்து உயர்ந்த மந்திரம்

உலகில் வாழ இம்மந்திரங்கள்

உயர்ந்து பயன்பட்டாலும் துறவின்

மந்திரம் "ஓம்ரீம் கலீம் ஸ்ரீம்" (ஆதிவாய்)

மந்திரம் உயர்ந்தது மாயை அழிப்பது பிரம்மனே நமஹ
முத்திரைகள் என்பதும் முக்திக்கு வழிவகுக்கும்
முத்திரைகளில் சின்முத்திரை தேவமுத்திரை
இதை தேவர்களை; மட்டும் பயன்படுத்துவர்
இறையுணர்வைப் பெற்ற மற்றவர்களும்
உடலின் பல பகுதிகலில் சுத்தப்படுத்த
உடனுக்குடன் பயன்படுத்துவர்
வீரத்திற்கு நடுவிரல் பெருவில்
வெற்றிவாகைச் சூட்டுவதாகும்
பிரம்ம ஞானம் பெற பெருவிரலும்
பரந்த ஆட்காட்டி விரலும் கூடும்
இயற்கை நமக்கு கொடுத்த பிரசாதம்
இம்மனித கைகளில் ஐந்து விரல்களின்
அற்புத முத்திரைளாகும், இவைகளுக்கு சக்தி
அதிகத்திலும் அதிகமாகும் உணர்வை கொடுக்க
பெருவிரலில் இரண்டு பெரும் சக்திகள்
பெருமையுடன் ஜீவாத்மா, பரமாத்வாகும்
இவ்விரண்டு சக்திகள் தான் ஆதாரமாகும்
இச்சக்திகளுடன் சிறுவிரல் காயசுத்தியாகும்
மோதிர விரல் பெருவிரலுடன் இணைந்தால்
மகிமையுரும் கூட்டுச்சக்திகள் உள்புகும்
நடுவிரலுடன் பெருவிரல் இணைந்தால்
நீண்ட வீரத்தன்மையை பெருவர்
ஆட்காட்டி விரலுடன் பெருவிரல் இணைந்தால்

அண்டத்தின் அறிவான பிரம்ம ஞானம் எற்படும்

இதுதான் நம் உடலில் அறிவாகும்

இறைவன் உருவாக்கிய கைகளில் பெற்ற

முக்தியும் கூட்டுச் சக்தி, வீரத்தன்மை

மட்டும் பிரம்ம ஞானத்தை ஆட்காட்டி

விரல் முனிவர்களின் தனிமைக்கு

வெற்றிவாகைச் சூட்டும் எனபதில்

எந்த சந்தேகமும் இல்லையென்பதில்

எழில் மந்திரமுத்திரைகள் இயற்றும்

பிரம்ம ஞானம் பெற ஒரே ஒரு

பரந்த மந்திரம் ஆட்காட்டி விரலுடன்

பெருவிரல் இணையும் தந்திரம்

பரமாத்மனை அடையவும் ஞானம் பெறவும்

தினமும் ஒரு மணி நேரம் பிரமம்

திவ்விய முத்திரை தேவையாகும்

மனிதனில் ஒரு பொக்கி:ம் என்றால்

மனதில் நம் சுவாசத்தை சரீரத்தோடு

செயல்படுத்துவதாகும் மனம் கட்டுபடும்

சிவசக்தி ரூபமான குண்டலினி சக்தியை

பிரம்மரந்திரத்தில் உரையும் சிவத்துடன்

பராசக்தியின் குண்டலினி சக்தியை

ஐக்கியப்படுத்துவது சிவசத்தி ரூபமாகும்

அதைத்தான் ஏகிபாவமாகும் சிவசக்தி,

ஆராதனைக்குறிய பரம் சக்தியாகும்

அழியும் மனிதத்தன்மையிலிருந்து
அழியா பிரம்மத்தன்மையை பிடிக்கும்
நிலையும் இச்சிறந்த செயலேயோகும்
நீயே பிரம்மனாவாய் இதுதான் உண்மை
சூரியனைப்போல் பிரகாசத்துடன் ஒளிர
சூட்சும் யோகங்களும் அவசியம்
உபாசனைகளும் மனிதனை உயர்த்தி
உண்மையான உயர்வை கொடுக்கும்
பிரம்மபதவி இதில் தான் அமையும்
பிரம்மம் அனைத்து உறுப்பகளிலும் அடங்கும்
ஒவ்வொரு உறுப்பிலும் அனுபவத்திம்
ஓம்கார சயம்பிரசமாக ஈஸ்வரனை அறிவாய்
அதனால் "ஸ்வராட் என்னும் ஈஸ்வரனாவாய்
அதனால் சுயஒளி எப்பொழுதும் சூழும்
அழியும் மனிதத்தன்மை இல்லாமல் போகும்
அண்டத்தை ஆளும் பிரம்மனாவாய்
பரப்பிரம்மன்தான் அனைத்திலும்
பரந்;து பவித்ரம் பெற்று வாழ்கிறது
ஓம்ரீம்க்லீம், ஸ்ரீம் சிவாய பிரம்மனே!
ஓம் காரசுயம் ஒளிபரப்பிரம்மன்
அழியும் மனிதத் தன்மையை விடுத்து
அழியாத பிரம்மத்தன்மையை பிரித்துக்கொள்
நீயே பிரம்மனாவாய் மாயை அகலும்
நல்ல சூன்யமானது நிறைவது உண்மை

சத்குரு எனப்படுபவன் ஞான ஒளி
சரளமாக பெற்று ஜீவன் முக்தனாவான்
எந்த தேவதைகளும் அவருக்கு சமன்
எப்பொழுதும் ஆக மாட்டார்கள்
உயர்வின் தன்மை எட்டி குருவின்
உயர் நிழலை என்றும் தாண்டக்கூடாது
குளித்த மற்றும் கால்கழுவிய நீரை
கண்டிப்பாக தாண்டவே கூடாது
குருவின் நிழலும் பாவிகள் மேல்
கண்டிப்பாக படக்கூடாது என்பது
பிரம்மச்சர்யம் என்பது சொர்க்கமாகும்
பாரின் சுதந்திர ஆண்மகன் நீராகும்
சுதந்திரப் பெண்ணானவள் மண்ணாகும்
சுதந்திரம் எளிய பிரம்மச்சர் யத்தினால்
ஞானம் உண்டாவது உறுதியாகும்
ஞானம் பெற்றவன் காமத்தை எதிரியாக கருதுவான்
உலகின் சிருஷ்டி எல்லாம் மாயையாகும்
உணருதல் சத்தியம் அவசியம்
சங்கல் பத்தினால் சிருஷ்டி கார்யம்
சீராக நடைபெரும் இது உண்மை
காமம் ஒன்றதான் யோகத்ததின்
கடுமையான எதிரி யாகும் அறிமானிடா!

காமத்தை கண்டு கொள்ளாமல்
கடவுளின் தியானம் அறிதல் பரப்பிரம்மமயம்
வி.ஃயசுகத்ததில் இருந்து கொண்டு
வீணாக பிரம்மனாவேன் என்பது
சாத்தியம் என்பதே கிடையாது
சத்தியம் என்பது உலக சுகத்தை
சிந்தையிலிருந்து அகற்றி துறைவை ஏற்பதாம்
ஆரறிவு பெற்ற உயிர்கள் உயர்ந்தது
ஆத்மன்கள் பவித்ரம் பெற்று உயர்ந்து
முக்திக்கு அருகதை உடையவராவர்
பலஜன்மங்கள் இல்லாமல் போகும்
பாரில் நடந்து போவது சம்சாரமாகும்
பறந்து போவது சன்னியாசமாகும்
நீயே ஈஸ்வரன் என்று தீர்மானித்தால்
நலம் பலபெற்று சன்னியாசம் வரும்
ஆத்மன் தான் சத்குருவும் யோகியும்
ஆனால் பரப்பிரம்மனாவது உண்மை
அங்குதான் பரப்பிரம்மதத்துவம்
அழியாது ஜொலிக்கும் உலகில்
அவதார புரு.ஃர்களுக்க பயிற்சி
அளித்து அவர்களை உருவாக்குதல்
அரிதாகும் உன்னை நீ அறிந்தால்
அவசியமில்லாமல் போவது சாதனை
ஒன்றுதான் ஞானத்தின் ஒளியை

ஓம்காரத்தினுள் உருவாக்கி
உருவமில்லா ஆத்மனை சித்தென்று
உயர்வாக போற்றுவது வழக்கம்
உறுதியான நடத்தை யோகியே பிரம்மனாவன்
உண்மைக்கு புரமனவான் தூரமானவள்
தியானம் பிராணாயாமமாக வேண்டும்
தியானம் பயிற்சி முனிவர்க்கில்லை
தன்னைத்தான் அறிந்து பிரம்மத்தை
தானாக பெருவதுதான் சமாதியாகும்
வேண்டுதல்களையுடையது சவிகல்பம்
வேண்டுதல்கள் இல்லாதது நிர்விகல்பம்
செல்வம்தான் உலகம் விரும்பும்
செல்வமில்லையேல் செயல்கள் இல்லை
சினிமாவில் பூதையன் மகன் அய்யு
சிறந்த உதாரணம் கஞ்சத்தனத்திற்கு
சொல்லே மந்திரங்களாகும்
செயல்களே தீர்த்த யாத்திரையாகும்
ஞானத்தின் ஒளி உருவம் ஆத்மன்
ஞானமான சித்தம் உருவமில்லா ஆத்மன் நானே
ஆத்மனே எனக்குள் இருக்கும்
அழியா கட்டுக்கடங்க சக்தியாகும்
இதை உள்வாங்கவும் வெளிப்படுத்தவும்
இயன்றவரை பழகிக்கொள்வது
பரிபூர்ண ஒளி பொருந்திய

பிரம்மா, விஷ்ணு மகேஸ்வனை
தன்னுடைய கண்களில் பிணைத்துக்கட்டி
தீர்க்கமாக உலாவிக் கொண்டிருந்தால்
அவர்களே ஜீவன் முக்தர்களாகும்
அவர்கள் நமச்சிவாயவாகவே ஆவார்கள்
துறந்தால் நீ ஒங்காரமாகும்
துணிவும் தூய்மையும் ரீங்காரமாகும்
ரீம்காரம் என்பது சக்தியாக உலகம்
ரீம்காரம் ஒரு ஓம்கார சுழற்சியாம்
சுழற்சியும் சூழலும் இயற்கையின்
சூட்சுமமான பிறப்பு இறப்புக்கு
இறைவன் அருளும் அவனவன் விதியாம்
இயக்கையன்னை இதை நிறைவேற்றுவாள்
என்னை தன்னுள் ஈர்க்க ஐயப்பசுவாமி
எளிதாக இருமுடியின் மூலம் ஈர்த்தர்
சிறுபாதை என்னும் ஏழுகிலோமீடர்
சிறிய ஈப்பை கொடுத்து பக்தியை
பாங்காக அளித்து பலமுறை ஈர்த்தது
பந்தள அரசன் பம்மையிலும் குளிக்க
பெரும் புண்ணியம் மூலம் பெரும்
பாதைகள் செல்ல மும்முறை வழி
வகுத்தது யான்பெற்ற புண்ணியமே
வாழ்வில் பெருமையும் தன் அருளாகும்
அருள் என்றால் தந்தையின் தரிசனம்

அன்னைக்கடுத்த இரண்டாம் இறைவன்
குருவாய் தற்பொழுது ஐயப்பன் அருள்
கணக்கற்றகோடி பண்ணியத்துடன்
சரீர வலம் வரவும் உருள் சேவை
சற்றும் நான் எதிர்பார்கவே இல்லை
சபரி மலையில் நான் பெற்ற இன்பம்
சபரிமலை ஐயனை அவன் சந்நிதியில்
உருளு சேவைபுரிந்தது அனைத்து
உலக தேவதைகள் அருளை பெற்ற
பேற்றை என்னில் பெற்று
பேரின்ப பயனில் மூழ்கியது
யாருக்கும் கிடைக்காதபேறு, நான்
யார்? என்னும் கேள்வியின் உலகில்
நான் பரமாத்மன் என்னும் சிகர
நற்செய்தியை தத்வமசி அருளும்
தங்கத்திலும் வைரத்திலும் வைரமந்திரம்
"தத்வமசி" மந்திரமாகும் உலகின்
ஆதிசயத்திலும் அதிசய மந்தரமாகும்
ஆகாயமான பொன்னம்பல மேட்டில்
ஆதவனைப் போல் நொடிப்பொழுதின்
தீபச்ஜோதியே சபரிமலை ஜோதி
தாயாகவும் தந்தையாகவும் ஆதி
சிவனையும் விஷ்ணுவையும் பெற்ற
சிவ ஆதிக்க தவத்தை பெற்றவர்

சபரிமலைசாஸ்தா பொன்னம் பல
சோதியாக திகழும் அருளாளன்
அனைவரையும் தூய்மையாக ஈர்க்கும்
ஆண்டவன் சுவாமி ஐயனும் அம்மனாகும்
அதனால்தான் அம்மையப்பனாக
ஆதி சிவனாக ஜோதிப் பிரழம்பாக
"தத்வமசி" யில் திகழ்வது சிறப்பு
தன்னுள் ஒளி ஏற்று என்று வருவோர்க்கு
ஒளிமயமாக்கும் இறைவன் ஐயப்பா
ஓம்காரஜோதி தான் பொன்னம்பலம்
உலகிற்கு கிடைத்த புனித சொர்க்கம்
உன்னத விரதங்களின் மூலம் காட்சி
கொடுக்கும் அற்புத சபரிமலையின்
கீர்த்திக்டல் பம்பையை
பெற்றபவித்ர உலகின பெருக்காகும்
பம்பா வாசன் ஐயனின் அருளாம்
தண்ணில் ஒளி ஏற்றல் என்பது
தரணியில் அதிசயத்திலும் அதிசயம்
ஒளியில்லையேல் உலகில் என்ன இருக்கிறது
ஒன்றுமே இல்லை என்பதுதான் பொருள்
ஒளி என்பதற்கு ஓம்காரம் என்பது
ஓம்கார சக்தியாம் அதிலிருந்து
எல்லா சக்திகளும் உருவானது
என்பது மும்மூர்த்திகளும் அறிவர்

"தத்வமசி" என்பது உலக மந்திரமாம்
தானாக தவத்தின் மேல் சிம்மாசனமாக
ஒளிரும் ஓம்கார சூத்திரம் எனலாம்
ஓய்வு என்பதில் தவத்தை கொண்ட
அய்யன் ஐய்யப்ப தனிமை விந்தை
அதில் ஆயிரமாயிரம் மந்திரம் ஒளிரும்
சபரிமலை என்பது பிரம்மச்சர்யத்தின்
சாதுமலை இருமுடியை ஆணையிடும்
அற்புதமலை ஒன்றல்ல ஓராயிரம்
அந்தரங்க தனிமை சூத்திரங்களை
ஜொலிக்கும் தனிமையின் ஓம்காரம்
ஜோதிப் பிழம் பின்தத்தும் நிறைந்தது
ஆழகா நதியின் அற்புதங்கள் அதில்
ஆயிரமாயிரம் பதிந்துள்ள தந்திரம்
நாற்பத்தெட்டு மைல்கள் காட்டில்
நல்ல மனதை ஈhர்க்கும் மந்திரங்களுடன்
பயணம் செய்து ஐயனை தரசிக்கும்
பந்தள இளவரசனின் சூஜhதியாம்
தனிமையில் விரதங்கள் 48 நாட்கள்
திறத்ததின் மகிமை தான் "தத்வமசி"
மும்மூர்த்திகளின் ஒளிச்சு ரூபம்
மோகன ரூபனின் அருள்வெள்ளம்
தன்னில் ஒளி ஏற்று தத்வமசியாம்
தத்வமசிதான் மும்மூர்த்திகளின் சூத்திரம்

தன்னில் நிறைந்திருப்பது பிரம்ம ஸ்ரூபம்
தான் என்பதே இந்த உடலை குறிப்பதாம்
உடலில் உறைந்திருக்கும் சூரியசந்தரர்
உய்விக்கும் கடவுள் விஷ்ணும் இலக்குமியும்
அழிக்கும் பொறுப்பில் சிவசக்தியும்
ஆராதிக்கும் நிலையை பெற்றிருப்பர்
ஆதாரம் ஓம்காரம் ஒளியின் மூலம்
ஆதியின் இரகசியம் அனைத்தையும்
அடக்கிய மூலத்தின் சூத்திரமாகும்
அதிலே ஒலியும் ஒளியும் சிறப்பாகும்
எல்லா உயிர்கள் தம்தம் ஒளியை
எங்கெங்கும் பெற்று ஒளிர்கின்றன
மஞ்சள் என்னு உயிர்ச்செடி மகிமையான தன்சுய வண்ணத்தை
ஒளிமயமாக்குகிறது இதை;பபோல்
ஒளிமயமாக்கும் உயிர்கள் அனைத்திலும்
எங்கெங்கும் பரந்து கிடக்கின்றன
எல்லா உயிர்களும் தம் தமக்குரிய
வெளிச்சத்தை பலனாக அதனதன்
வேற்றுமையை திறம்பட செய்கின்றன
இத்தத்துவம் தான் "தத்வமசி" யாம்
இதில் அடங்கிய ஆயிரமாயிரம் பொருள்
இயற்கைக்கே சின்முகமாகும்
இமயத்தின் வெளிப்பாடு என்பதும்
இமந்திர உயிர்குள் கணங்களாம்

இங்கு தத்தவசியில் அனைத்தும் அடங்கும்
உலகில் அனைத்து உயிர்களும்
உள்ளொளியில் தங்கள் தங்கள்
குணங்களை வெளிப்படுத்துகின்றன
கடவுளுக்கு கடவுளாகி ஒளிhகின்றன
எல்லா உயிர்களும் தங்களுக்கே
ஏற்ற கணத்தன்மைகளைப் பெற்று
ஒளிர்வது தன்னுள் ஒளிர்வதாகும்
ஒவ்வொன்றும் தங்களுக்கே உரிய
குண ஒளியின் உலகத்தன்மையை
குன்றாமல் வெளிக்காட்டிக்கொண்டிருகின்றன
இதுதான் ஐயப்ப ஜோதியின்
இயல்பின் தத்துவமாகும் அதில்
தன்னுள் ஒளியேற்று என்பதை
தனக்கே உரிய பாணியில் காண்பித்து
உலகை செழிப்பூட்டுகின்றன
உண்மையும் "தத்வம்சி" யின் தத்துவம்
இதுவே என்றால் தத்துவமசிக்கு
இயல்புடையதத்துவமாகும் என்பது
வெளிப்படுகிறது "தத்துவமசி:" யில்
ஆதாரம் பிரம்மத்துவமானது
ஆனாலும் ஒளிசூரிய சந்திர
தத்துவங்களாகும் ஒவ்வொரு
தரணியின் உயிர்க்கும் இரண்டு

கண்களாக திகழ்கின்றன ஒன்று
கதிர்களின் கம்பீரம் அதிகமாகும்
அதுதான் சூரியக் கதிர்களாம்
அடுத்து சந்திர கிரணங்கள் குளிர்வாகும்
மேடுபள்ளங்களின் தன்மை
மென்மையாக இதன்மூலம் விளங்கும்
தன்னுள் ஒளி ஏற்று என்றால் செழிப்படையும்
தழைத்தோங்கும் என்று பொருள்படும்
தான் செழித்தால் வையம் செழிப்படை
தன் உலகம் குறைவின்றி இருப்பது
செழிப்பது ஆகும் அதான் தன்னுள்
செழிப்பது, தழைப்பது, வளர்வது
போன்ற நியீலைகளை பெறுதலாகும்
பொழிகின்ற நேரத்தில் பொழிந்தால்
பெரு நலம் பெருகும் வளம் பலகூடும்
பெருமகிழ்ச்சி கூடும் ஒளிமிளிரும்
"தத்வமசி" யின் உண்மை பொருள்
தன்னகத்தே என்றும் காக்கப்படும்
தெய்வீக வழியில் இதன்பொருள்
தெய்வத்திரு நியீலைகள் இதில் மூன்றகும்
முதலில் பிரமத்துவம் தழைத்தோங்கும்
மகத்துவம் வாய்ந்த நிலைகளம் வாய்க்கும்
அடுத்தது சந்திர இதநிலையாகும்
அடுத்தது கடுமை நிலை சூரியனாகும்

இம்மூன்று நிலைகளும் ஓமகாரம்
இயல்போடு வெளிப்படுத்தும் நிலை
ஆக்கால், காத்தல், அழித்தலின் மூலமாகும்
முதல்நிலை பிரம்மநிலை இடைநிலை விஷ்ணு நிலை
முடிக்கும் நியீலை என்பதும் தோன்றும் நிலையாகும்
தோன்றுதலும் இருத்தலும் அழிதலும்
தரணியின் தூய தத்துவமாகும்
இவைகள் அனைத்தும் தத்துவமசியில்
இயல்புடன் அடங்கி பெருமை சேர்க்கும்
உலகமதில் ஒளி ஏற்றப்பட்டு தொடரும்
உண்மையின் வெளிப்பாடும் அதுவே
ஆதாரம் தோன்றி நிலைத்து அழியும்
ஆற்புத தன்மையை இயற்கை எற்றது
இவ்வையத்ததின் அருமையும் பெருமையாகும்
இக்கபரசுகத்திற்கு இதுவே! வித்தாகும்
தத்வமசி ஆதாரமாக செழிக்க வைக்கும்
தத்துவம் பற்பல வழிகளில் பரம இரகசியம்
இயற்கையில் வளமுடன் மும்மாரியில்
இயல்புற்ற செழிப்டைவது இயற்கை
நன்னிலை புண்ணிய செயல்கள் எல்லாம்
நல்ல உயர்வை வளர்த்துக் காட்டும்
அதுதான் "தத்துவமசி: என்னும்
அருள் குணங்களுடன் திகழும்
இதற்கு ஆதாரம் பிரம்ம தத்துவமாம்

இயக்கி வைப்பது ஆரம்பத்தில் முற்படுவதாம்
இடைநிலை வளர்நிலை காக்கும் நிலையாம்
இதை நிலைக்களம் என்பதில் தத்வசமி
கண்டநிலை என்பது சிவதத்துவம்
காண்பதும் கானாது போக்கும் நிலையிலும்
சிவதத்துவத்தின் மூலமாகும் என்பது
சிந்தையில் ஏற்றால் சிறப்புடன் செயல்படும்
செமையுற்ற நற்பலன் நற்பேறுகள்
சிறப்புடன் அமைய வழிகள் கிடைக்கும்
தத்வமசி யின் தன்மைகள் புரியமுனிவர்கள்
தவத்தில் உயர்வை பெறுவர்
முனிவர்களின் செயல்களும் அருளும
முக்காலங்களிலும் ஒளிரும் என்பதில்
ஐயம் என்தே இல்லை, தத்வமசியின்
ஐயமற்ற நினைவுகள் சுய ஒளியுடன்
என்றும் திகழும், ஞான ஒளி ஓங்கும்
ஏற்றமிக்க ஞாயிறு உதிக்கும்
"தத்வமசி யினால் தவத்தின் மேன்மை
தொடர்ந்து முக்தியை நோக்கும்
எத்தனை இடர் வந்தாலும் ஒளியின்
எழுச்சியை தவிர்த்தல் அரிதாகும்
தனிமையிலிருந்து உருவாகும் ஒளி
தத்வமசியின் ஐயப்ப ஒளியாகும்
இதற்கு ஈடு இணை என்பது அரிது

இனிமையின் தனிமை இந்த அரிய

ஜோதியின் சுயம் கதிர் வீச்சாகும்

ஜாதி சமயமின்றி ஈர்க்கும்

பக்தியின் பரசவமாகும் உலகில்

பரந்தாமனின் லீலைகளும் மிளிரும்

கோசங்களும் ஐயப்ப கூவல்களும்

கானகத்தில் ஜகத்சூஜஹதியாக ஒலிக்கும்

சுவாமியே சரணம் ஐயப்பா! என்னும்

சரணகோசம் பக்தியின் உச்சத்ததிற்கு

தத்வமசியில் கலந்து கானகம் முழுவதும்

தழைத்தோங்குவது ஐயப்ப யாத்திரையாகும்

அக்ஞானம் அழிந்து முக்தியின் வழி

ஆதரவாகும் என்பது உண்மை செய்தி

ஆத்மா ஒன்றுதான் உண்மையாகும்

ஆரோக்கியம் கெட்டபொழுது

அனைத்தும் பறந்து போகிறது

அனைத்தும் மாயை ஒன்றும் உண்மையில்லை

ஆத்மனிலிருந்து விலகாமல் அதைநாடி

அறிவின் உச்சத்ததிற்கு செல்ல வேண்டும்

அதுதான் பரமாத்ம நிலையாகும்

அதுதான் தன்னைத்தான் அறியும் நிலை

சாதனைகள் அவசியமில்லா நிலை

சிந்தையின் வார்த்தை குண்டலினி

சக்தியை எழுப்பும் நிலையாகும்

சஹஸ்ராரம் நோக்கி எழும் சக்தியாம்
சிவசக்தியின் சங்கமாகும் பெரும்
செயல்களை அழித்து பிரம்மநிலையாகும்
எல்லா செயல்களையும் பிரம்மம்,
என்றுதான் உணர்ந்து செய்தால்
தானே பிரம்மனாகும் நிலை
தழைத்தோங்கும் என்பதில் ஐயமில்லை
பிரம்மா, விஷ்ணு, மகேஸ்வரன் மூவரையும்
புவியில் துறந்தால் நீ ஓம்காரம்
சத்தியம் அறிவுக்கு எட்டினால்
சத்தியம் பின்பற்றப்பட்டு துறவிகளாகி விடுவர்
யாருடைய பொழுது நமச்சிவாய
யாண்டும் இல்லாமல் போகாதோ?
அவர்கள் ஜீவன் முக்தர்காளர்வர்
அவர்கள்தான் உண்மை துறவிகள்
உன்னுள் உரையும் ஏழு ஆதார சக்கரங்களை
உயர்த்த குண்டலினி எழுப்பி சக்கரங்களை
தொட்டு சுழற்ற வேண்டும் உள் மனதை
தரணியில் வானை தொடர்ந்து குறைந்து
குண்டலினி சக்தி உயர்ந்து சஹஸ்ராரம்
கண்டு சிவசகத்தி ஐக்கியமாகும்
பிரம்ம ரந்திரத்தில் உறையும் சிவம்
பிரம்ம ஏகிபாவமடைந்து காமத்தை
அழித்து குண்டலி எழுந்து மகாசக்தியாகும்

அனைத்து குண்டலி சக்தி நிலைக்கும்
பெண்களே! காரணமாகும் காமத்தினால்
பயம் உண்டாகும் அதனுடன் கவனகுறை
தொடரும் அதன் கவனக்குறைவால்
தொடரும் திருப்தி உண்டாகும்
அதனால் வெற்றி உறுதியாகும்
அவ்வெற்றியினால் முக்தி உண்டாகிறது
தருமத்தின் பாகங்கள் நான்காகும்
தவம், சத்தியம், தானம் மற்றும் கருணையாகும்
ஞானம் பெற்றவன் யாரே ஆனாலும்
ஞாலத்தின் பிராமணன் ஆவான்
உயர்ந்து வழிகாட்டும் பரமேஸ்வரனும் அவனே
உய்வடைந்து மாயையை அழித்து
மோட்சத்தை அடையும் உள்ள தன்மை
மோட்சதடையை விலக்கும் பரமேஸ்வரன்
மாயையிலிருந்து விலகி உணர்ந்தவன்
மகேஸ்வரனும் பரப்பிரம்மனாவான்
மாயை அழித்து அதிலிருந்து வெளிவர
மேற்குறிப்பிட்ட ஐந்து மந்திரங்களும்
அவசியம் அதுதான் ஆத்மனை சுயஒளியில்
அனைக்கும் உண்மையை ஒளியீர
வைக்கும் தியானமில்லாமல் முக்திக்கும்
வாழும் கலையை கற்க வைக்கும்
ஞானியாக்கும் உண்மையும் அதுதான்

ஞானியின் செயல்களில் சட்டதிட்டங்கள்

அதாவது நியமங்கள் இருப்பதில்லை

ஆசனத்தால் வியாதி கெடுகிறது

பிராணாயாமத்தால் பாவம் கெடுகிறது

பரப்பிரம்ம ஞானம் உண்டாகிறது

பிரத்யாகாரத்தால் மனவிகாரம் விடுகிறது

பந்த பாசம் மாயையின் சூழ்ச்சி

புரிகிறது அதன் தன்மை அழிகிறது

தாரணையால் யோகி மனோதைர்யத்தை

தழைத்நேரங்கச் செய்கிறான்

தியானம் அற்புத உணர்வை

திறமையாக அளித்து யோக உணர்வை அதிகரிக்கும்

உண்மையில் உருவமில்லா ஆத்மன்

உயர்வை கொடுக்கும் பிரம்மஸ்ரூபம்

தியானம் செய்தலில் பற்பல

திட்ட சட்டங்கள் அமைகிறது

வெண்மை விரிப்பு மேல் அமர்ந்து

விளையாட்டாக தியானம் செய்தாலும்

அமைதியும் நிம்மதியும் உண்டாகும்

ஆதியும் அந்தமும் தன்னில் ஒளிரும்

பசுமை விரப்பின் மேல் தியானம்

பாரின் திரவியங்களை ஈர்க்கும்

கருமை விரிப்பின்மேல் அமர்ந்து தியானம்

கண்களுக்கான எதிரிகளும் அழிந்துபோவர்

சிகப்பின் விரிப்பு மேல்தியானம்

செழிப்பின் வளர்ச்சி எல்லா வசமாக்கும்

திசைகளும் தியானத்தில் முக்கிய

தரமான உயர்வுகளில் பங்கேற்கின்றன

வடக்கு நோக்கி தியானம் அமைதியை

வளர வைக்கும் ஈர்க்கும் தன்மை உடையது

கிழக்கு நோக்கி தியானம் உலகின்

கீழ்வான சூரியனைப்போல் சகம் அருளும்

தெற்கு நோக்கி தியானம் என்பது

தீய எதிரிகளை வேரோடு அழிக்கும்

மேற்கு நோக்கி தியானம் என்பது

மழைமேக தான்யங்கள் பெருக்க வைக்கும்

ஞானத்தை மேரு வளர்ச்சியில் விடும்

ஞாயிறு தோரும் நிம்மதி சேர்க்கும்

நவக்கிரக உபத்திரம் தீர்வதினால்

நலம்பல பெருகி நிம்மதி பெருகும்

சித்திகளும் சித்த ஞானமும் உண்டாகும்

சிறப்பம் செம்மையின் ஒளியுறும்

தன்னைத்தான் உணர்ந்தால் எந்த

தனிமையோகமும் அவசியமில்லை

எல்லா நற்குணங்களும் தனதாகும்

ஏற்றத்தில் ஆன்மன் புனிதமடையும்

கட்டுக்கடங்கா ஆன்ம சக்தி தாரனாக

காதல் கொண்டு முக்தியை அருளும்

சொல்வே மந்திரங்களாகும்
செயல்களே தீர்த்த யாத்திரையாம்
தியானம் பிராணாயமமாக வேண்டும்
தவக்கோலம் என்பது தன்னை அயீறதலாம்
பாவனைகள் நல்ல கல்மசமில்லா
பவித்தரமாக வேண்டும் இதனால்
மனிதர்களும் தேவர்கள் ஆகலாம்
மாயையை உலகில் ஒளிமயமாக்கலாம்
அதற்கு ஆதாரமாக திகழ்வது ஆத்மஞானம்
அக்ஞானம் என்னும் மாயை அழித்தால்
சித்தென்பதும் ஆத்மனே ஆகும்
சித்தில்தான் ஞான ஒளி வீசும்
உறுதியான நடத்தை பெற்றயோகியே
உண்மை குருவும் பிரம்மனாவான்
உன்னை நீ அறிந்தால் சாதனைகள் அவசியமில்லை
உண்மையான அவதார புருஷர்கள்
உருவாக்கப்பட மாட்டார்கள் பிறப்பார்கள்
எல்லாம் பிரம்மஸ் ரூபமாக இருக்கிறது
எல்லாவற்றையும் மறந்து பிரம்மஸ்ரூபத்தை
பெறுவது கல்மசமில்லா மனதினலே
சாஸ்திரங்களினால் ஞானம் பெறலாம்
சாஸ்திரம் என்பது ஒரு ஆயுதம்
ஓம்காரத்தை சுழற்றி உடல் உச்சிவரை
ஓம்கார குண்டலினியை எழுப்பு

ஆத்ம சைதன்யம் உருவாகும்

ஆத்மயக்னங்கள் தனக்குள் உருவாகும்

ஓமின்றி உயர்விலை;லை உலகினிலே

ஓயாது அருள்புரியும் கருணையிலே

ஓவ்வொன்றும் இனிக்கும் இறைமந்திரம்

ஓம்காரத்தில் உருவாகிய நிலையினிலே

ஓங்கும் அருள் பொழியும் ஆதவனிலே

ஓய்வின்றி காலைமாலையை நிகழ்த்தும்

ஓவ்வொரு நாளும் உலகிற்கு கிடைத்த

ஓசைமிகு ஓம்கார நாதத்திலே

ஓம் என்பது ஆக்கலும் ஆகும்

ஓம் என்பது காத்தலுமாகும்

ஓம் என்றால் அழித்தலு முண்டு

ஓம்காரத்தில் தொடங்கும் வையம்

ஓம் காரத்தில் ஆர்பரித்து செழிக்கும்

ஓம்காரத்தில் ஓய்ந்து அடங்கும்

ஓம்காரமில்லையேல் ஒன்றுமில்லை

ஓம்காரமில்லையேல் மும்மூர்த்திகள் ஏது?

ஒலிக்க ஜொலிக்க வழியேது

ஓவ்வொரு செயலிலும் இனிய

ஓதும் மந்திர தந்திர முண்டு

ஓமின்றி யாரும் இல்லை இந்த

ஓமில் உதித்த வையந்தனிலே

ஓமில்லையேல் சிருஷ்டி என்பது ஏது

ஓமில்லையேல் காத்தலும் இல்லை

ஓமில்லையேல் அழிப்பது எங்கிருந்து

ஓம்கார மூலம் அறிந்தவர்

ஓம்கார பரமனிடம் தஞ்சம் ஏற்பர்

ஓங்காரத்தை அறியார் உலகில்

ஓங்காரத்திலிருந்து ரீங்காரம் ஏற்பர்

ஓம்கார நிழலில் க்லீம்காரமாவார்

ஓம்காரமே ஐம்காரமாகி உலகில்

ஓய்வை ஏற்கும் திறம் தன்மை பெறுவர்

ஓமை விடுத்து மந்திரமில்லை

ஓமை விடுத்து உய்வதும் இல்;லை

ஓமில் விளாயத இசையுமில்லை

ஓமில் ஆடாத ஆட்டமுமில்லை

ஓம் என்றால் எல்லாம் உண்டு

ஓமில்லை எந்த செயலும் செம்மை இல்லை

ஓவ்வாத உயர்வுகளும் தாழ்வுகளும்

ஓடியாடி விளையாடும் மாயை தனிலே

ஓங்காரம் எங்கும் சிறந்து நிலைக்கும்

ஓய்வளிக்கும் புத்துயிரளிக்கும்

ஓமென்று உச்சரிக்க ஞானிகளும்

ஓம்கார முனிவர்களும் உலகில்

ஒருமித்த புகழ்பெற்று எங்கெங்கும்

ஓமை நிலை நாட்டவே முனைவர்

ஓம்கார ஆக்கலும் காத்தலும்

ஓம்காரத்தில் ஆடி அசைந்து மீட்டும்

ஓமின் இசையும் மகிமையும்

ஓமாக்கி உலகை உயர்த்தும்

ஓம்.! ஓம் என்று ஜபிக்கும் மந்திரம்

ஓம்கார ஞானிகளின் உயிர்மூச்சு

ஓம்கார ஒலியைக் கொண்டு

ஓம்கார பிரம்ம ஞானம் உருவாகும்

ஓமில் ஒலிக்கும் அனைத்தும் ஜொலிக்கும்

ஓமின் மகிமை அறிய ஓமே துணை

ஓமின் அருமை பெருமை பரமனுக்கு

ஓம்காரமாகும் உயர்வாகும்

ஓம்காரம் இனிக்கும் மந்திரம்

ஓமில்லையேல் எல்லாம் சூன்யம்

ஒருங்கினைந்த ஜோதி ஓம்காரம்

ஓமைக்கொண்டு முக்தி அடைவது

ஒருமையின் மும்மூர்த்திகள் ஆம்

ஓமில் தீபம் ஜோதி பரம்பிரம்மா

ஓம்கார மூலம் தீபம் ஜோதி பரப்பிரம்மன்

ஓம்காரம் விளைவது இயற்கையில்

ஓமை உணர்ந்தவர் அனைத்தையும்

ஓம்கார மூலம் அறிவது சாத்யம்

ஓமில்லையேல் தெய்வங்களில்லை

ஓம்தான் இயற்கை அன்னையாம்

ஓம்காரம் தீபம் ஜோதிபரப்பிரம்மா
அய்யனின் சொல்மந்திரம்
ஆதிதான் உண்மை, அந்தம் உச்சியாம்
அறிந்தவர் உயர்வர் அதிலே சுவாரஸ்யம்
அகங்காரம் என்பது மாயையாம்
ஆட்சி செலுத்துவதும் அதுவேயாம்
அறிவாய் மனமே அதில் உயர்வாய்
அன்றும் இன்றும் என்றும் சூழும்
அதன்மகிமையே விந்தையிலும் விந்தை
அதை அழிக்கவும் திறமையுடன்
அன்றாடம் போராடவும் வழியண்டு
ஆதிபகவான் துணையுண்டு உலகில்
அறியாது ஏமாறாதே மானிடா!
அன்புடன் கற்று ஆழ்ந்து செல்வாய்
ஆற்றல் என்றும் உண்டு நம்பு
ஆட்சிபுரியும் ஆத்மன் என்ன கோமாளியா?
ஆயிரமாயிரம் பிறவிகளைக் கடந்து
அன்றும் இன்றும் என்றம் திகழும்
அதிசய சக்திதான் ஆத்ம சக்தி
அசைக்க முடியா கட்டுக்கடங்கா
ஆர்பரிக்கும் சக்தியாகும் உணர்வு
ஆண்டவனே! ஆழியா ஆன்ம சக்தியே
ஆட்சிபுரிந்து இந்த உடலில் விந்தைகளை
அன்புடன் புரிய வா! நல்க வா!

ஆத்மனே நீதான் என்றும் இருக்கும்
ஆழியா எழுச்சியாகும் சக்தியும் ஆம்
ஆச்சர்ய மூட்டும் விந்தையே வரும்
ஆழகாக உலகை உயர்விப்பாய்
அழியும் தன்மை பொருந்திய உயிர்கள்
அழியா பேறு பெற சூழ்நிலையை தா
ஆம் என்பதும் ஓம் என்பது உயர்வு
ஆண்டவனில் நிறைந்தருப்பது உண்மை
ஆச்சர்ப்பட என்ன இருக்கிறது
அகிலம் முழுவதும் ஓம்காரம் ஆளும்
அதிசயம் தேவர்களும் அறிந்த ஒன்று
அழகாக ஈர்க்கும் ஆண்டவனின்
ஆட்சிபுரியும் செயல்தான் எங்கும்
ஆழ்ந்து நடனமிடுவது பெருமை
அருமையிலும் மனம் உருக்கும்
அன்னையின் பெருமையாகும் அறிவாய்
அதில் பேதபாவமில்லா அன்பு ஆட்சியாகும்
திக்குகள் நான்கு, வழி வகுக்கும்
திறமையான சூத்திரங்கள் பலப்பல
திங்களும் சூரியனும் ஆட்சிபுரிவது
திக்குகளின் வழி வழியாகதான்
தாழ்ச்சியும் உயர்ச்சியும் இதில் இல்லை
தாய்க்கும் சேய்க்கும் வளர்ச்சியுண்டு
தாயிற்சிறந்த கோவிலுமில்லை என்றும்

தந்தையிற் சிறந்த மந்திரமில்லை என்பதும்
தமிழக உயர் வாக்காகும் அறி!
தழைக்க வழிவகையும் அதுவேயாம்
தொடர் மந்திரங்கள் தோன்றும் வழி
தங்கு தடையின்றி தானக வரும்
தானறிவாய்! மானிடா உணர்வு
தானாக இயற்கையை தளிர்விக்கும்
தோய்வில்லை இந்த ஜகமதில்
தேனாக இனிக்க வைக்க ஆயிரம்
தேவ வாக்குகளும் தேவ சக்திகளும்
தானாக எங்கெங்கும் தோன்றும்
தாய்மீது ஆணை! தானாக அறிவாகும்
தன்னகத்தே பரமன் தங்கியிருப்பதால்
தனூய்மையை துய்கக சிறந்த பக்தி
தேனாக அருவி எடுத்து ஆர்பரிக்க
தாழ்ச்சியில்லா நீட்சியில் நிறைந்து
தங்கமழை பொழிய வேண்டும்
தானாக அதனை ஏற்க திக்குகள்
தன்னை தேர்ந்து துய்த்தல் தேவை
தமிழ்த்தாயை சார்ந்து சிறப்புடன்
தேனமுதான தங்கத்தமிழை தேடி
தோய்வில்லாமல் திக்குகளின்
தோழமைக் கொண்ட வளர்காலமே
தாய்க்கும் தந்தைக்கும் ஒருமைப்பாடு

தானாக தோன்றுவதைப் போன்று
தாயின் சேயை தழைத்தோங்க
தந்தையின் உழைப்பின் உயர்வே
தழைத்தோங்க உலகின் வளர்ச்சியே
தனித்த மொழியின் வளர்ச்சியே
தெய்வத்தூய்மை கண்ணாடிப்போல்
திறமையாக தெளிவாக்கும் திறமே!
தேனாக காதில் திறமாக நுழையும்
தாழ்ச்சியில்ல அமுதத்தின் அமுதே!
உந்தன் அமுதத்தின் அமுதவாயிலில்
உழைவின்றி வரவேற்கும் தமிழே!
ஊழை உப்பக்கம் செலுத்தும்
உன்னதமான உயர்வின் தமிழனங்கே
ஊழிற் பெருவலியையும் அகற்றும்
உந்தும் இயற்கை அன்ஙயே!
உன்னை பெற்றதின் பலனே ஓம்காரம்
உன்னில் இல்லா இயற்கை இல்லை
உன்னில் இல்லாதிக்குகள் இல்லை
உனக்கென்றே எல்லா இயற்கையும்;
உழைக்கும் தன்மையை என்னென்பேன்
ஊழிற் பெருவலியான மும்மூர்த்திகளை
உண்மையான ஆதார பரம்பெருளே
உன் வாயில் தான் உயர் வாயிலாம்

உழைப்பின் உயிர்களுக்கு உகந்த
உயர்வாயில்தான் இந்த முதல்வாயிலை
உயிர் நாடியான ஓம்கார வாயில்
உலகின் ஆதி தெய்வங்களின் முதல்
உப்பக்க ஒளி பொருந்திய பெருவாயில்
உண்மையின் முதல் முக்தி வாயில்
உலகைப் பெருமைப் படுத்தும் வாயில்
உலகின் முக்தியின் மூலவாயிலாகும்
ஓம்கார வாயில் அதுதான் ஆதியாம்
ஓம் என்றால் ஆதியும் அந்தமுமாம்
ஓமில் அடங்கா தெய்வமில்லை
ஓமில் ஆட்சிபுரியா உயர்வில்லை
ஓய்யாரமான ஆக்கல் காத்தல் அழித்தல்
ஒளிமயமாகும் ஆதிவாயிலாகும்
ஒளியில்லா ஓம்காரம் உலகிலில்லை
ஓம்தான் முனிவர்களின் உயிர் நாடி
ஓமை பெற்றதால் தான் தேவர்கள் உயர்வர்
ஓமில்லையேல் எல்லாம் சூன்யமாம்
ஓமில் உலகம் ஈன்றது பிரம்மம்
ஓமில் காத்தல் இல்லையேல் பிரம்மமில்லை
ஓமில் அழித்தல் இல்லையேல் பிரம்மமில்லை
ஓமில் மூன்றும் இணைந்து செயல்படும்
ஓமின் இச்சுழற்ச்சி வேண்டுவது உலகம்
ஓமை நாடும் உலகம் பொலிவிற்காக

ஓமைப் பெற்று ஒளிபெறுவது

ஓம்கார உலகத்தின் உயர்வாகும்

ஓம்கார வாயில் முதல்வாயில்

ஓம்காரத்தில் உயர்வின் ஆதிவாயில்

ஓம்காரத்தில் நுழைவது உயர்வாகும்

ஓம்தான் இறையின் முழுமையாகும்

ஆக்கல் ஓம்கார விந்தையாகும்

ஆதற்கு அதிகாரம் பிரம்மனுடையதாம்

ஆதி கடவுளாக விந்தையை

ஆதிசயமாக அருளும் தெய்வமாக

ஆனைத்து தேவர்களையும் உலகு;கு

அருளிய விந்தை தெய்வம்

ஆதி தெய்வம் தான் பிரம்மனாம்

அங்கெங்கெனாது ஒளிர

ஆதிசிருஷ்டி கடவுளாக தோன்றுவர்

ஆதவன் உயிரில் நின்று ஆதாரமாவார்

அதுதான் அவரின் இயற்கை

அன்பின் சின்னம் ஒளியமாக்கும்

அருளின் வண்ணம், ஆதியின் சின்னம்

ஆக்கலில் அதிசயம் அற்புதங்கள்

அள்ளி வழங்கும் ஆதார தெய்வம்

ஆட்சிக்கு அடிப்படை ஆகும்

அதுதான் ஓம்கார வாயிலின் கடவுளர்

ஆதிகடவுளர் பிரம்மா விஷ்ணுமகேஸ்வராவர்

இம் முதல்வாயில் என்பது உயரியது

இதில் நுழைந்தவர் முழுமை அடைவர்

அங்கு தோன்றுவதும் அழிவதும்

இனிமையான ஆதியும் அந்தமாகும்

இனிமை வருவது இயல்பாக உண்டு

இதை யாராலும் தடுக்க முடியாது

இறைவனின் காத்தல் என்பது விஷ்ணுவின்

இறை லீலையாகும் என்பது உண்மை

அங்கு அவரவர் விருப்ப தேவர்கள்

இயல்பாகதோன்றி ஒளிபெறுவர்

இறைவனின் லீலைகள் தான் இங்கு

இன்றியமையாத உலக ஒழுக்கமடா

இதை இறை ஒழுக்கம் என்றே

இன்றும் என்றம் எங்கும் போற்ற

இவ்வுலக உயிர்களுக்கு இயல்பாகி

இச்சைக்கும் உழைப்பிற்கும் எற்ப

இவ்வுலகத்தில் விதி நிர்ணயிக்கப்படும்

இதுதான் இறைவனின் நியதியாம்

இவ்வுலகம் பெற்ற உண்மை அனுபவமாம்

இவ்வுலகம் என்பது மாயை எதிர்க்க

இயன்ற அளவு உழைக்க வேண்டும்

இவ்வுலக நியதியும் அதுவாம்

இம்மாயையில் நான்கு திக்குகள்

இறைவன் நமக்கு அளித்த பரிசாம்
இதை பற்பல பிரிவுகளில் பார்ப்பர்
இதுதான் உலக நியதியாம்
அதிலே பகுதிகளும் வாஸ்துவும் உயர்வு
அன்றாடம் உலகம் எதிர்க்கும் விதியாம்
சிருஷ்டிக்கு பிரம்மன பலன்களை
சிருங்கார ரூபத்தில் அருளை அளிப்பர்
ஆனால் அவரின் சிருஷ்டியை
ஆழகாக காத்து செயல்படுத்துவது
விஷ்ணுவும் சிவனும் ஆகும் ஐயமில்லை
விந்தையின் வெளியில் இவர்கள் வேலை
இதுதான் இயற்கையில் சிருஷ்டியின் நிலை
இறையின் அருளால் உலகம் பெற்ற
மும்மூர்த்திகளின் ஒருமைப்பாட்டின் நிலை
முறையான அண்ணாமலையாரின் ஜோதி
வருடம் ஒருமுறை புதுப்பிக்கும் நிலை
வாழ்வின் செம்மைக்கு புதுப்பொலிவு
ஓம்காரம் இங்கு தான் தொடக்கம்
ஓமில்லா உயர்வில்லை இவ்வுலகில்
அதைக்காண சித்தர்களும் ஞானிகளும்
அடிபணிந்து கிரிவலம் வருவது
ஆதிகாலத்தினின்று தொடர்ந்து வரும்
அந்நிலை என்றும் பவித்தரம் இங்கு
ஆண்டவன் கட்டளை என்பதுதான் வாயில்கள்

அதிலே இரண்டாம் நிலை வாசல்கள்
க்லீம்;;;கார வாயிலாகும், இரண்டு
க்லீம என்பதின் இயல்பின் சின்னம்
எழுச்சியில் அக்னியின் ஆதாரம்
என்பது விந்தைக்குறிய ஒன்றாம்
தேவர்களின் வாயில் இதுவாம்
தனித்து இயங்கும் இவ்வாயில்
தேவர்களுக்கே உரிய ஒன்றாகும்
தனித்து இயங்கும் இவ்வாயியில்
தானியங்கும் ஆக்கல் காத்தல் அழித்தல்
முப்பெரும் இறைவர்களின் குணமாம்
முழுமைக்கும் உண்மைக்கும் ஒளியாம்
இதுதான் இவ்வாயிலின் விசேசமாம்
இறைவனின் அருள் வழியாம்
இரண்டாம் வாயில் க்லீம் காரவாயிலாம்
இறைவனருள் பெற்ற தேவர்கள் வாயில்
இதில் அடங்கா இறைவன்கள் இல்லை
இதுதான் மனிதனை இறைவனாக்கும்
ஞான ஒளி வீசும் தன்மையுடையது
ஞாலம் செழிக்க வைக்கும் வழியாம்
"க்லீம்" என்பதே உலகின் மகத்துவம்
க்லீம் காரவாயில் உலகின் வழிகாட்டி
மனிதர்களும் தெய்வமாகலாம்

மாபெரும் புனிதத்தின் உயர்வாகும்
க்லீம்காரம் ஆதியின் வளர்ச்சியை
கணிசமாக உயர்த்திக் கொண்டே
வருகிறது. இதில் தேவர்கள்
வாழ்ந்தோங்கும் பங்கு உயர்கிறது
கடவுளென்பவன் தெய்வமாகலாம்
கடவுளின் குணத்தை ஏற்றால்
அப்பனானா சிவனுக்கு முருகன்
ஆழ்ந்துறைத்த ஓம்காரம் வழியாம்
ஓமில் நுழைந்தால் உலகம் ஒளிரும்
ஓம்காரமின்றி உலகம் என்பது இல்லை
ஓசையினிற ஓராயிரம் தேவர்கள்
ஓம்காரத்தில்உதிக்கத்தான் உலகில்
செய்வர் என்பதில் சிரிதளவும்
சந்தேகமில்லை, இதுதான் மாற்றம்
இறைவனின் வட்டத்தில்ஓம்காரம்
இயல்பாக எங்கும் சுழல்வதை
எல்லோரும் அறிவர் இவவலகில்
எல்லா மந்திரங்களும் மந்திரசாட்சி
அதிலே முழுகுதல் முக்திக்கு ஆரம்பம்
ஆதவன் போல் அனைவரையும்
அன்பாகவும் மகிழ்ச்சியாகவும் உயர்த்தும்
ஆராய்ச்சியில்லா உலகச் செயலாகிறது
உயர்வைப் பெற ஒரே ஒருவழி

உலகின் அதிசியம் சூட்டும் ஒளி
இறை ஒளி ஓம்கார ஒலியாகும்
ஈட்டும் முனிவர்கள் அனைவரையும்
ஆட்கொள்ளும் இயற்கையன்னை
ஒலி தவிர்த்தால் அனைத்தும் பொலிவிலக்கும்
அதனால் உலகம் கண்கூடாக
அழகாக ஓம்கார மதனை கூட்டுவது
சாதாரணமாகவும் இருந்து வருகிறது
சூரிய சந்தரர்களே இதற்கு சாட்சி
ஆனால் இதற்கும் மேலாக நம்சக்தி
ஆட்சி செலுத்துவது நம் குண்டலினி
சக்தி உலகில் உயர்ந்த ஒன்றாம்
சாதனைக்கு உகந்த முனிவர் வழியாம்
இதில் சாந்த பெருவெளி திகழும்
இவ்வுலகில் சாதனை, முனிவர்கள் வழியாம்
பச்சை ஒளி சக்தியை குறிக்கும்
பந்தத்ததின் ஆதாரம் உயர்த்தும்
சாதாரண செவ்வொளி சிவமாம்
சாதனையின் பலன்தான் ஆன்மாவான
அற்புதங்கள் நிறைந்த உயிராம்
அதிசயிக்கும் உயிர்களின் நிலையாம்
சுழுமுனை வழியே மேவேறும் குண்டலினி
சுழுமுனை வழியே மறுபடியும் இறங்கும்
உள் இயக்கம் விந்தையிலும் விந்தை

உயர்வான மனிதவாழ்வின் அதிசயம்
இம்மாபெரும் உண்மையை உணர்ந்தவர்
இறைவழி முனிவர்களிலே ஆகும்
இதில் எந்த மாற்றமும் இல்லை தவத்தில்
இறைவனின் குண்டலினி என்பது நாம்
இவ்வையத்தில் பெற்ற அற்புத சக்தி
இதை அறிந்து நடை பெறுவதை
அத்துடன் இணைந்து உணர்வது ஒருவழி
அனைத்து தேவர்களும் இவ்வாயிலில்
உயர்வது அதிசயித்திலும் அதிசயமாம்
உடலின் வலப்பக்கம் இடப்பக்கம்
இரண்டு புரங்களாம் இறைநியீலை
இனிதே பெற வழி காட்டும் "ஹம்"
மந்திரமாம் சஹஸ்ராரா வழியாம்
மோஹம் தவிர்த்தால் சாஹசம் நீளும்
மூலாதாரம் உடலின் கீழ் மையம்
மாய மைய உலக சிருஷ்டி மையம்
இவ்வாயில் தான் "க்லீம்" கார வாயிலாம்
இரண்டாம் வாயிலாக உடலில் உலகிற்கு
அழகாக ஆட்சி செய்துக் கொண்டிருக்கும்
அதிலே ஆயிரமாயிரம் தேவ வழிகளாம்
மனிதன் என்பவன் தேவனாகலாம்
மாட்சிமை பொங்க துறவினால்
உலகம் என்பது மாயையின் ஈர்ப்பு

உந்துதலை முறியடித்தால் முக்தி உறுதி
ஊழையும் உப்பக்கம் காண்பதும்
உயர்வின் வழியும் நல்வழிப்படுத்தும்
வழியும் தான் இவ்வழியாம்
வாழவைக்கும் உயிர்களை இவ்வாசல்
ஒவ்வொரு இடத்திற்கு இவ்வாசல்
ஓம்கார நியீலைக்கு வழி காட்டும்
என்பதில் எள்ளவும் ஐயமில்லை
எழில் பொங்க வைக்கவும் உகந்தது
அடுத்து வருவது ரீம்கார வாயிலாம்
ஆண்டவனையும் ஈர்க்கும் வாயில்
தெய்வத்தின் வாயில் இவ்வாயிலாம்
தெம்மாங்கும் பரதமும் ஏற்றவாயில்
உலகம் என்பது உந்துவதற்குறியது
உய்தலும் அரிதல்ல உலகில்
இதுதான் இதன் குணமாகையில்
இயற்கையைச் சார்வது வழக்கம்
இது ஓம்காரத்திற்கு எதிர்வாயிலாம்
க்லீம்காரததிற்கு எதிர்வாயில் ஐம்கார
கடமைகுக்க இறைவாயிலாகும்
ஞானம் என்பது எங்கும் எதிலும்
ஞாலம் முழுவதும் தவழும் தன்மை
இவ்வாயிலில் இனிக்க இனிக்க
இறைவனை அழைக்கும் தன்மையுடையது

ஓம்காரத்தின் சாரம் தான் ஐம்காரம்
ஓமில் விளைந்த எவரும் சோடை போகாமல்
ஒளிவீசும் தன்மையைப் பெறுவர்
ஓமில் விளைவதுதான் ஐம்கார உணர்வு
நான்கு திக்குள் நான்கு வாசல்கள்
நாளும் பொழுதும் நல்வழிகாட்டும்
இறைவழியை சேர்த்தும் பெருவாயில்கள்
மூன்றாம் வாயில் ரீம்கார வாயில் ஆகும்
முழுமைக்கும் முக்திக்கும் வழிவகுக்கும்
இவ்வொழுங்கு இனியீமை பெற்றது
இனிக்கும் இன்பம் பயக்குவதாம்
உலகம் உய்ய ரீம்கார வாயில்
உயர்ந்த ஒரு வழிகாட்டியாம்
இதுதான் இறையின் அருள் தத்துவமாம்
இவ்வுலக வாழ்க்கைக்கு மிக மிக
அவசியம் என்பது காலம் எடுத்துகாட்டும்
அச்சர்யம் பற்பல நிறைந்து ஆர்பரிக்கும்
அதிசய உலகம் தான் இவ்வையம்
ஆராய்ச்சிக்கு ஆயிரமாயிரம் வழி
அதிலே இல்லாதது எதுவும் இல்லை
இயற்கையன்னையின் அருளில் வளராதது
எதுவும் இல்லை என்றே கூறலாம்
ஏழுலகம் பெற்ற ஏழ பிறவிகளில்
விந்தைகளை காணவும் அனுபவிக்கவும்

வழிவகுக்கும் இயற்கை அன்னை
இவ்வையத்தில் வேரூன்றி வாழும்
இமயத்தன்மையை என்னெ;னபேன்
இறைவா! இனிதே அனைத்தும் நடக்க
இனிமையை வழிவகு;க வணங்குகிறேன்
நான்காம் வாயில் ஞான வாயிலாம்
நாளும் பொழுதும் நல்வொளி அருளும்
ஞானம் என்பது அக்ஞானத்தை
ஞாலத்தினின்று அகற்றும் விளக்கு
மாணவனும் ஆசிரியீரயனும் போன்று
மோகமில்லா பர ஞானம் பற்றும்
நிலைதான் தவயோகிகளுக்கு உரியது
நாட்களும் மணித்துளிகளும் நொடியாகும்
இந்நிலை பெற்றால் இறையருள்
இனிதே இனிக்கும் தவமும் உயரும்
வாயில்களில் இனிதே வரவேற்கும்
வாயில்தான் ரீம்கார வாயிலாகும்
தேவியர்கள் வரவேற்கும் இவ்வாயில்
தேவதேவர்களுக்கும் உரியது ஆகும்
ஒரே பூமி ஒரே சூரியனுள் புழங்கும்
ஓம்காரம் முகத்தியின் ரிங்காரமாம்
யாதும் ஊரே யாவருவம் கேளிருக்கு
யாண்டும் தோள்கொடுத்து வரவிடும்
இவ்வையத்துள் சிறப்பு என்பது

இனிமையான புதுமை ஆகும்

இசை என்பது ஓய்வின் புத்துணர்வு

இவ்வையம் என்றென்றும் ஈர்க்கும்

இதனை இதமாக வரவேற்றல் என்பது

இயற்கை யன்னையின் வழிவகையாம்

முழுமை என்பது உலகில் காணா

மாயா வலை என்பதை அறியார்

மோகம் தான் இதன் ஆதாரம்

மாயும் உலகின் விதியின் விளையாட்டு

மனிதன் என்பதன் சூத்திரமும்

மனைவி என்பவள் ஆதாரமாய்

மாற்றியமைத்த மாயையின் மகிமை

மாலை என்பது நேரத்தில் பகலின் கடை

மங்களம் முடிந்து பயம் கவிழும்

மோக வலை சூழும் நேரமாகும்

மனிதனுக்கும் மாயைக்கும் தொடர்பு

மங்கள பொழுதுகளில் பொலிகிறது

மாட்சிமை பொங்க வைப்பதும்

மாளவைக்கும் தொடர் நாடகம்

மீள முடியாதபடி இரவு பகலாக

மோகவலையில் உயிர்களை வாழ்த்தும்

மதியப் பொழுது உயர்த்தி தாழ்த்தும்

மதிமயக்கம் என்பது தவழும் நேரம்

மரங்களும் செடி கொடிகளும் பசுமையில்

மீளும் தன்மை பெரும் நேரம்
மாற்றங்கள் பலநூறு பெரும் சமயம்
மோதல்கள் குறைந்து தெம்பை தேடும்
மென்மையான துளிர் இலைகள் பெற்று
மலர்மாற்றம் பெறும் மகரந்த சேர்க்கை
மோகமதில் இயற்கை மூலம் சுலபமாக
மாய உலகில் ஈர்பில் திகழும்
அண்ணாமலையானின் பங்கு வாழ்வில்
அதிசயம் அளிக்கத்தான் செய்யும்
வாழ்க்கையைத் துறந்து இமயமலையை
வழி வகுத்த என்னை மீண்டும் இங்கு
வரவழைத்த அண்ணாமலையானின்
விந்தைமிகு அழைப்பு உயர்ந்தது
நான் ஏன் இமயமலையை நோக்கினேன்
நற்றமிழை நோக்கி மீண்டும் ஏன்?
நாட்டமுடன் தீப ஒளித் திருவண்ணாமலையை
நோக்க வழிவகுத்த விதியின் வழி
நான் எழுதும் பற்பல தமிழ் இலக்கிய ஈர்ப்பா?
நான் இவ்ஈர்ப்பில் எப்படி
நாட்டத்தைப் பெற்று எழுத
இச்சையுடன் இன்ப முற்றேன் ஏன்?
இறைவனின் திட்டம் நான் அறியேன்
ஞான ஒளி வீசும் அண்ணாமலையின்
ஞாலம் புகழும் விட்டகுறை தொட்ட

குறையா? என்னும் வாழ்வின் நிறைவா
குந்தகம் ஏன் மாறி மாறி வருகிறது
ஒளியின் வெள்ளத்தில் இச்சுவையை
ஓம்கார ரூபத்தின் மூலம் அறியும்
இம்மாலை நேரத்தின் மூலம் ஈர்க்கப்பட்டு
இம்மையும் மறுமையும் இணைந்து
ஒருங்கே! ஞான ஒளியை ஏற்று
ஓமில் உதித்த ஆக்கலும் அழித்தலும்
ஓம்கார மூலமாய் தீப ஒளியாய்
ஓமில் நிலைக்க செய்யும் மலை
ஓம்கார மலைதான் திருவண்ணாமலை
பேரின்பை அங்கப்பிரதட்சணம்
பாத்திரத்தின் மூலம் வெளிப்படுத்திய
அறுபத்தி மூவர் நாயன்மார்
அன்றே மடம் கட்டி தீப விழாவை
பெருமைப்படுத்திய மகான்கள் பலர்
பாராட்டவும் செய்தல் நம் கடமை
அவர்கள் அருள் வெள்ளம் சுற்றிலும்
ஆன்மீக அருளுடன் வலம் வரும்
அதனை அங்கு வலம் வரும் பலரும்
அனுபவிக்கத்தான் செய்வர்
அக்னி ஸ்தலமான பஞ்சபூதங்களில்
ஆராதனையுடன் வலம் வரும்
அருமைப் பெருமையுடன் ஈர்க்கும்

அண்ணாமலையாரின் இத்தலம்
அரும் பெரும் முக்தியைப்பற்றி
ஆளும் நினைத்தால் முக்தியின் அருள்
ஆறாக ஓடும் கிரிவலம் வாழ்க
அருணை அருணாச்சலம் முக்திபுரி வளர்க!
நான்கு வாயில்களைப் பெற்ற
நற்பேரருளும் அருணாசலம்
நாட்டிற்கு ஒரு அரும் பெரும்
நல்ல ஒளி வளம் கொடுக்கும் மலை
இவ்வெளி வாயில்கள் தாம் ஓம்கார
இரட்டிப்பு க்லீம்கார தேவலோகம்
இரண்டறிய அன்பு வாயில் ரீம்காரம்
இவ்வையம் ஞான ஒளி வீசும் ஐம்காரவாயில்
நான்கிற்குள்ளும் நிறைந்து
நற்சிறுகோவில்களின் வாயில்களும்
நாள்தோறும் போற்றி பணிய
நற்சிந்தனை மணி மண்டபங்களும்
ஒளிவெள்ளம் தழைத்தோங்கும்
ஓம்கார அடிமுடிகாணா ஆரமுது
இரவும் பகலும் இங்கிதமாக
இன்னும் என்றும் படையெடுத்தருளும்
முக்தி வெள்ளம் இம்மலை சுற்றி
முற்றுகையிட்டு இன்ப பக்த்தி அருளும்
அண்ணாமலையின் அரும் பெரும்

அரவணைக்கும் அருள் வெள்ளம்
முக்தியின் வடிவில் நினைத்த மாத்திரம்
மோகித்து புல்லரிக்கும் அருமையே
அருணாசலத்தின் மாபெரும் சக்தி
அணையா வெள்ளமாய் ஆர்பரிக்கும்
பக்தி வெள்ளமாய் பௌர்ணமி நன்னாளில்
பக்தர்கள் மனம் நெகிழ்ந்து வலம்
வருதல் ஆழ்ந்த இறை நிழலில் தான்
வானவரும் துணைபுரிவர் இதற்காக
அதனால் தான் முடியாது என்பவர்
அண்ணாமலைக்கு வந்தவர் இல்லை எனலாம்
பலமுறை கிரிவலம் காண்பது என்பது
பக்தியின் ஈர்ப்பே எனில் தவறில்லை
அதற்கு உருதுணையாக நிற்பது
அஷ்ட இலிங்கங்கள் அனைத்துமே
இரண்டு கிலோ மீட்டர் அளவில் கிடந்து
இறையருளை அள்ளி வீசும் இலிங்கஸ்கள்
இறைவணடிக்கே கொண்டு செல்வது
இன்றும் என்றும் நடந்த வண்ணம்
இருக்கத்தான் இங்கு செழிப்புடன்
இன்னருள் பூத்த வண்ண பக்தி அருள்
கிரிவலப்பாதை தனிலே தேர்வகள்
கீதைகளை பக்தர்கள் நெஞ்சில் புதிய
சிவாய மதனை சிந்தையிலிருந்து

சிறந்த சிந்தைமிகு திரையம் பகம் பாட
சுகந்த மணம் பக்தியுடன் கலந்து
சூட்சுமமாக அதிகாலையில் அனைவரையும்
ஆராதிக்க செய்து அஷ்ட இலிங்கங்களை
ஆட்சி செய்ய வைக்கும் கிரிவலப்பாதை வாழ்க.
முலையின் எடடு திக்குகளையும் பக்திமணம்
மலையின் அஷ்ட இல்லங்களாக
சாமான்ய மனிதனும் போற்றி புகழாமலில்லை
சமாதிகளும் பக்தியின் வடிவங்களாக
சிறப்புடன் பக்தியின் புகழை பாட
சிந்தனைக்கும் பக்திக்கும் வழ்காட்டியாம்
மலைவீதிக்கு அதாவது சிரிவலப்பாதைக்கு
மலைவல் ஏழம் திருவீதி என்பர்
இங்குதான் மலயின் முதல் இலிங்கம்
இந்திர இலிங்கம் ஆரம்பித்து ஈஷன்ய
இலிங்கம் முக்தியடைந்து முழுமை
இச்சையுடன் நிறைவடைகிறது
மலையடி வாரத்தில் மூலிகை மற்றும் விபூதி
மணம் வீச மலர்களின் மணம் துணை நிற்கிறது
மாயாத பெருமைகளை சாற்றுகின்றன
கோபுரம் கட்டிய அம்மணியம்மன் சமாதி
கோபுரத்தைப்போல் உயர்ந்த பாலாஜி சுவாமி
கவுதம் ஆசிரமம் பாணபத்திரர் ஈசான்ய தேசிகர்
கண்கவர் ஆன்மீக அலைகள் வீசுகின்றன

பஞ்சமுகம் அருகில் இலக்கியசாமி
பக்தி சமாதியும் அருகே கயிறு சமாதியும் உள்ளது
மூன்று பிரிவாக காட்சி தந்து இங்கு
மும்மூர்த்திகளை தரிசனமாக அருளும்
திருவண்ணாமலை கிரிவலம் வருவோர்
தூய்மை அடைந்து ஒருமைப்பாடு அடைவர்
இதுதான் ஞான ஒளி வீசும் மலையாம்
இறைவனடி சேரும் அடியார்களும் பவித்ரர்களும்
இம்மலையை நினைத்தாலே முக்தி என்பர்
இதுவும் உண்மையின் துகளே! ஆம்
இறைவனின் இடப்பக்கத்தில் அன்னை
இடம் பெற்றது அர்த்த நாரீஸ்வர அவதாரம்
திருக்கார்த்திகை நட்சத்திர நாளில்
தாய்க்கு சரிபாதி உடல் கிடைத்தது
இறைவிக்கும் இறைவனுக்கும் மாபெரும்
இமய உயர்வும் ஈர்ப்புமே ஆகும்
எங்குமில்லா இறையோளி மலையில்
ஏகாம்பரமாக தீயவைகளை அழிப்பது
இச்சேத்திரத்தின் மாபெரும் மகிமை
அதை நினைத்தாலே முக்தி என்பர்
அருணாசலத்தின் அருமையும் பெருமையும்
இதுதான் என்பது மலைக்கு மாண்பாகும்
தீபம் ஏற்றுவதென்பது மாயையை
தரணியில் அகற்றுவது என்பதேயாம்

பொருளாகும் உணர்தல் அறிவாகும்
பரம் பொருள் ஒன்று திரிந்து பலவாகும்
சித்தர்களையும் யோகிகளையும் ஈர்ப்பது
சக்திமிக்க கிரிவல பௌர்ணமிகளாம்
நீலகண்டன் தன்னுடைய நெடிய
நெற்றியை சுயம்பு மலையை ஞானக் கண்ணாக
அடிமுடிகாணா போரொளியாக்கி
ஆட்சி செலுத்தும் மலை திருவண்ணாமலை
ஆக்கலும் காத்தலும் இறையாட்சியில்
அருணாசல தீபமாக ஒளிரச் செய்து
ஆராத இன்பம் அருளும் மலையாம்
அண்ணாமலை என்பதில் ஐயமெ இல்லை
நான் என்னும் அகந்தையை அழிக்கும்
நல்லதோர் முக்தி சேத்திரம் அண்ணாமலை
அடிமுடி காணா அண்ணாமலை சேத்திரம்
ஆண்டவனின் அருங்களஞ்சியம்
அடி ஒன்றிற்குள் ஆயிரத்தெட்டு இலிங்கங்கள்
அருமையாக அமைய்ப்பட்ட சேத்திரம்
அஷ்ட இலிங்கங்களை தன் வலத்தே
அருளவைக்கும் இலிங்க சேத்திரம்
அண்ணாமலைச் சேத்திரம் முக்தி சேத்திரம்
ஆண்டாண்டு காலமும் பௌர்ணமி
அருள் வலம் அமைய்ப்பட்ட கிரியாம்
அன்பர்களையும் தேவர்களையும் ஈர்க்கும்

அருள் பொழிந்த இறைச் சேத்திரம்

ஆஸ்ரமங்களை குறைவில்லாமல் பெற்ற மலை

இறைவனின் இடப்பாகத்தில் அன்னையை

இன்பத்துடன் இறைவன் அர்த்தநாரீஸ்வரான

இச்சேத்திரம் பாவங்களை சுட்டெரிக்கும்

இறை ஞான ஒளி வீசும் சேத்திரமாம்

இகபரசுகம் அளிக்கும் இவ்வுலம்

இவ்வையத்து தெய்வ லோகமாம்

அண்ணாமலையின் சூட்சும் அழைப்பு

அச்சரி கிரிவலம் எற்பவர் நிலை

கிரிவலம் வரும் எவர்க்கும் முன்வினை

கேடில் இம்மை வினையும் இல்லையாகும்

இதுதான் இம்மலையின் மற்றும் வலத்தின்

இறையருள் இன்ப உயர் முக்தியாம்

அண்ணாமலையான் தீப ஸ்தம்பமாக

ஆதியந்தமற்ற ஜோதி வடிவாக

நெடுகவும் வளர்ந்த நெருப்புத்தூணாக

நின்றதுதான் பிரம்மா விஷ்ணு கர்வ பங்கமாம்

நான்எனும் ஆணவம் நன்றன்று

நல்லதோர் ஜோதியே ஒளி விளைக்கு

அக்னியின்றி ஆகாயம் என்பது இல்லை

அரவணைக்கும் பூமியும் இல்லை என்பது

உலகிற்கு உணர்த்த தான் அண்ணாமலையான்

உருவாய் அருவாய் அருவுருவாய் தோன்றி

வேள்வித்தீயாக எரியும்போது அக்னி
வேண்டி ஸ்தூல வரவை பெரும்
அத்தீயில் அருவ ரூபம் நாம் தீயில் இடும்
அத்தேவதைகள் ஏற்றறு கொண்டு அருவமாகும்
அழகாய் நிற்கும் அண்ணாமலையின்
அருவுருவ ஞானச் சொரூபம் இறைவன்
எல்லாவடிவங்களும் குணங்களும்
எழுச்சி பெற்ற அக்னியின் விரிவாக்கம்
அண்ணாமலையான் நமக்கு உணர்த்துகிறான்
அவனுடைய அருள் ஜோதி வடிவை
வேதங்கள் புகழ்கின்றன அருள்கின்றன
வாழ்த்தும் அண்ணாமலையானை பேரன்ப
வீட்டின் சிகரமாக உலகத்தின் இதயமாக
வையம் வாழ்வாங்கு அறிவொளியாக்க
ஆற்றல்களின் உறைவிடமாக போற்றும்
அவன் பிறபிறப்பு அற்ற வனாலாவா
பிறவித்துயர் அறுப்பவனாகவும்
பிறவி எடுத்த மனித ஜீவன்களில்
ஒளி விடுப வனாகவும் இம்மண்ணில்
ஓம்காரத்தில் ஓங்கி உயர்பவனாகிறான்
அந்த ஓம்காரம் அஷ்ட இலிங்களில்
அழியா அருளை அள்ளி அள்ளி வழங்கும்
ஓம்காரமே பூலேகமாம்
ஓம்காரமே புவர்லோகமாம்

ஓம்காரமே சுவர்லோகமாம்

ஓம்காரப் பொருளான இந்த ஆத்மா

ஓம்கார பரமாத்மாவாகும்

ஓம்காரம் தான் நம் புத்திசக்திகளை

ஓம்காரத்தில் சுழற்றி வருகிறது

ஆதனால் ஓம்காரத்தை நம் உள்ளத்தில்

ஆழ்ந்து சுழற்ற யீநற்பலன் பெற

உலகம் உய்ய உயர்த்த வேண்டும்

ஊழ்வினையை சுத்தீகரிக்க வேண்டும்

ஆத்மனை பரமாத்மனாக்க வேண்டும்.

ஆழியா புகழை பெற வேண்டும்

ஆன்மீக புகழ்தான் உயர்வு

ஆதை நாடுதல்தான் என் பிறப்பு

ஆட்சியில் அற்புதங்கள் தேடுதல்

அன்றாடம் ஆத்மனின் அருளாம்

அதனால் பரமாத்மனாதல் வழியாம்

அண்டங்களில் ஐம்பூதங்களின்

அழகான சிற்ப செதுக்கல் மனிதன்

அதற்குள் இருக்கும் மாபெரும் சக்தி

ஆத்மனே ஆகும் என்பதில் சந்தேகமில்லை

அதுவே அண்டங்களை ஆளும்

ஆண்டவனே! ஆதலும் ஆகும்

அரசன் ஆவதும் ஆத்மனே

அழியும் புழு ஆதலும் அதுவே

ஆண்டவன் என்ற வணங்கா முடியும்

ஆண்மனில் ஒருமைப்பாடு அதிகம்

அதிகம் எல்லா உயிர்களின் சமம்

ஆடல் பாடல் உயிர்களின் மகிழ்ச்சி

அழிதல் என்பது உடலின் நிகழ்ச்சி

அதை அறிந்து நன்மை புகுத்தல்

அன்றும் இன்றும் மனிதனுக்கு

ஆற்றிவில் வாசனையின் அருளாம்

அன்புதான் அனைத்திற்கும் ஆதாரம்

அன்பில் என்பு தோல் போர்த்திய உடல்

ஆட்சியில் இறைவனi நாடும்

அதுதான் வாசனையின் அருளுணர்வு

அதை வளர்த்துக் கொண்டால்

அசைக்க முடியாமாயை அகலும்

ஆராரோ பாட உயிரின் ஆத்மன்

அங்கும் எங்கும் உடலில் உலாவும்

அப்படியும் இப்பயும் நன்னுயிராய்

ஆத்மனில் அந்தராத்மா ஞானம்

அண்டத்தில் அமைவது அதிசயம்

ஆகாயம் அற்புத்திலும் அற்புதம்

அதுதான் இறைவனின் ஆதாரம்

அறிந்து செயல்பட்டால் ஞானம்

அருவமும் உருவமும் இல்லா இலிங்கம்

அருணாசலத்தின் அதிசய ஞானம்

அண்டத்தில் ஆதியும் அந்தமுமற்றது
அரும் பெரும் ஜோதியாய் திகழ்வது
அண்ணாமலையின் சேத்திர மகிமை
தீபம் ஜோதி பரப்பிரம்மனாகும்
தீமையை அழித்து நன்மையை
தங்க வைக்கும் ஞான ஜோதியாம்
திருவண்ணாமலையின் அதிசயமாகும்
தீதும் விலகும் தரமும் உயரும்
தம்முறைய தாய்க்கும் பிரியமாய்
தாம் பிரியமாய் பிணி தீர்த்தால்
தரணியும் குளிரும் மனம் குளிர்ந்து
தம்முடைய நோயை மனம் சலிக்கா
தோன்றிய வழியை ஓட்டும் உழ்வினை
திறம்தான் விதியின் உச்சமாகும்
திருவள்ளுவர் வரும் ஊழின் பெருமை
திறன்தனை சிறப்புடன் பகர்ந்துள்ளார்
திருவண்ணாமலையும் அஷ்ட இலிங்கங்களை
திருமலை அண்ணாமலை கிரிவலத்தில்
தோனறிற், புகழ்தனை உலகுக்கு ஒளியாக
திங்கள் தோரும் வெளிப்படுத்திக்கொண்டு
தமிழ் வளமாக்கிக் கொண்டுதான்
தீந்தமிழ் மலையாக்கிக்கொண்டிருக்க
தன்னுள் ஒளிரும், ஆன்மீகமாக்கும்
தான் உயர்ந்து சார்ந்தவர்களை மேலும் உயர்த்தும்

திறன் மிக்க மலைஜோதியை ஏற்கும்
திங்களின் பௌர்ணமி மலையாம்
தோன்றுதலின் பெருமையை ஏத்தும்
திருவை பெற்ற தீந்தமிழின் உயர்மலை
திருவண்ணாமலை சித்தர்களின் மலை
திருஞான ஒளி வீசும் மாமலை இம்மலை
திருமூர்த்திகளை ஏற்ற மலை இம்மலை
திருஞானத்தை சித்ர்களின் மூலம்
திறம்பட அருளும், அருள் மாமலை
தீந்தமிழின், உண்ணமுலையின் பெரும்மலை
தழைத்தோங்கும் அஷ்ட இலிங்கங்களின்
திறம்படைத்து அருளும் தீபமலை
தமிழ் இசைபட தென்றலுடன்
தேனமுதை அருளும் முக்திமலை
தானாக நினைத்மாத்திரம் உயர்த்தும்
திருவண்ணாமலை ஆன்மீகத்தின் பழமலை
கிரிவலத்தை வழங்கிய அற்புதமலை
கீர்த்தி வாய்ந்ததும் மூர்த்திகளின் மலை
அடிமுடி காணா அண்ணாமலை
ஆட்சிபுரியும் இறையாம் பக்திமலை
இந்திர இலிங்கத்தை தொடர்ந்து
இயற்கை ஞானத்தை அருளும்
அருள்மாமலை அடிக்கு நூற்று எட்டு
அருள் இலிங்கங்களை பெற்று ஈர்க்கும்

அற்புத கிரிவலம் பெற்ற புனிதமலை

அஷ்ட இலிங்கங்களைக் கொண்டு

ஆன்மீகத்தை வளர்க்கும் மலை

ஆதவனின் நிழலில் தத்துவங்களை

அன்றாடம் கற்பிக்கும் அருள்மாமலை

அண்ணாமலை என்னும் அருணாஜலமலை

அஷ்ட இலிங்கங்களக்கொண்டு

ஆதியந்தமற்ற ஜோதியை பெற்றமலை

அடி அண்ணாமலையை ஏற்றமலை

ஆன்மீகத்தில் பற்பல அற்புதங்கள்

ஆக்கத்திற்காக ஏற்றமலை அண்ணாமலை

அறியும் அற்புதங்கள் சாரம் பெற்ற

அங்கவ மகரிஷியினால் யுகயுகமலைகளாக

அருணாசலத்தை வலம் வரும் கிரிவலம்

சிவராத்திரகிரிவலம் பிரதட்சிணை

செழிப்பின் சின்னம் இறைத்தன்மை அருளும்

தனித்திருந்து விழித்திருந்தால் சிவம்யமாம்

தனிப்பெரும் தனிமை சாரம் பெற்றது

பலன்கள் கணக்கிட முடியாதபடி

பேரானநத மேலுலக நிலைக்கு

பாரிலிருந்து நடக்க ஓட பறக்க

பறைசாற்றி கூட்டிச் செல்லும்

அண்ணாமலையின் ஞானஒளி

அரும்பெரும் ஆன்மீக சக்தி

அளப்பரிய மாபெரும் பெருநிலையாம்
ஆனந்தமூட்டும் உயர்நிலை மாமலை
அழியா ஆட்சி மீட்சி அதிலுண்டு
அத்துணை அரும்பெரும் ஆன்மிகத்னமை
அகிலத்தில் எற்று ஒளிமயமாக்கும் பக்திரசமாம்
இந்திர இலிங்கம் இம்மலையின்
இயக்க முதல் இலிங்கமாய் திகழ்ந்து
கிரிவலத்தின் மகிமையை பறைசாற்றும்
கடவுள் என்பவர் அனைத்திலும் ஊடுருவி
ஆட்சியபுரிபவராய் இவ்வையத்தில்
அதிசயம் மிக்கவராய் அருள்பாலிக்க
அண்ணாமலையார் உண்ணாமலையம்மையுடன்
அருளைப்பொழியும் ஈர்ப்பு மலையாம்
ஓம்காரம் என்பதின் உருவகத்தில்
ஓமில் உருவாகும் மும்மூர்த்திகளை பறைசாற்றும்
ஒருஎழில் பொழியும் ஆன்மிகமலை
ஒன்றிலே உருவாக்கம் உலகின்
இரகசியம் பெற்ற இம்மலை
ஈர்க்காத உயிர்கள் இல்லை
நினைத்தாலே முக்தி என்னும் தகுதியினால்
நான் மறைக்க இணையாயக திகழும்
அருள்மலை அண்ணாமலை தீபமலை
வருடம் ஒருமுறை என்னும் நீதி
வாழ்நாளையே வளமாக்கும் தகுதி

பெறவைக்கும் தீப ஜோதி மலை
பாவங்களை போக்கும் நினைத்தாலே
முக்தியை அருளும் அருள்மலை
மும்மூர்த்திகளின் ஓம்கார மலை
இம்மலைக்கு அஷ்டதிக்குளில்
இடமாக அமர்ந்த முதல் இலிங்கம்
இந்த இந்திர இல்ங்கம் மலையின்
இசைவின் ஆரம்பம் என்றே கூறலாம்
தொடக்கம் என்பது தூய்மையானது
தலைமையின் நிலைமையை ஏற்றது
கிரிவலத்திற்கே வித்திட்ட ஒன்று
கீர்த்தி வாய்ந்த தலைமை நிலை பெற்றது
ஆளும் அருள்மா மலையின் ஜோதி
அண்ணாமலைக்கு என்றும் கீர்த்தி
பௌர்ணமி நிலவு வலத்தின் உயர்வு
பந்தகங்களை ஈர்க்கும் மதியின் அளவு
இத்திருவண்ணாமலையின் பெருமை
இவ்வையத்தில் உறவுகளை வளர்க்கும்
அனைவரையும் ஒன்று சேர்க்கும் மலை
அண்ணாமலையின் ஈர்ப்பு சகத்தியாம்
இடமும் வலமும் இணைக்கும் பாலமாம்
இவ்வலத்தின் இனிய பலனாகும்
இந்திர இலிங்கத்தை தொடர்ந்து
இன்னுயிர்ககு இதமளிக்கும் அக்னி இலிங்ஸ்கம்

இந்த இலிங்கமே இச்சேத்திரன்
இச்சைக்குறிய இறைவனின் உருவம்
இவ்வுருமான ஒளிப் பிழம்பை
இகபரசுக சூழ்நியீலையாக்கிய மலை
இம்மாமலை அண்ணாமலையாம்
இதில் எந்த உயர்வும் ஊடுருவும்
தேடவேண்டிய சூழ்நிலை இல்லை
தேனமுதான அக்னிசேத்ரம் எல்லாம் ஈர்க்கும்
அக்னி இலிங்கம் இரண்டாம் இலிங்கம்
ஆட்சிக்கு அருகதை ஏற்றது வையத்தில்
அண்ணாமலையாரும் இரண்டாவதாம்
அருள்வலத்தில் ஆட்சி புரிகிறார்
அக்னி இலிங்கம் அருணாசலேஸ்வரர்
ஆட்சிபுரியும் மூலஇலிங்கம் அக்னீஸ்வரர்
இந்த ஆன்மீக கிரிவலத்தில் அற்புதம்
இர்ணடாவதாக இடம் பிடித்து
இச்சையயை பூர்த்தி செய்யும் இலிங்கம்
பிரம்மா, விஷ்ணுவின் வணக்கத்தை
பிசகின்றி ஏற்ற இரண்டாவது
இலிங்கம் இம்மலையின் அற்புத்தின்
இசைவை ஏற்ற அக்னியின் அவதாரம்
என் றே கூற இயலும் ஆதாரம்
என்றும் மூர்த்திகளின் நிழலில்
ஏற்ற இச்சேத்திரத்திற்கு ஈடு இணை இல்லை

ஏழுலகிலும் இதுவாக இருக்குமல்லவோ
ஜோதியின் ஆதார சேத்திரம்
ஜீவாதாரத்திற்கு உகந்த தீயை பெற்ற
அக்னிச்சேத்திரமாகவே கருதினாலும்
அனைத்து இலிங்கங்களையும் பெற்றது
அண்ணாமலை அக்னியை ஏற்றது
ஆதார ஸ்தம்பமாக விஷ்ணுவையும் பிரம்மனையும்
காணும்படி செய்த அக்னிச் சேத்ரமக்குகிறது
கைலாயத்தை, இங்கேயே காட்சி கொடுத்த,
அற்புத சேத்திரம அண்ணாமலை சேத்ரம்
அண்டத்தையே அக்னியால் அளந்த
அண்ணாமலையாரின் அருள் பெரும் சேத்ரம்
ஆண்டாண்டும் ஜோதியை காட்சிக்கு
ஆற்புதமாக அருளும் மாபெரும் சேத்ரம்
அருள்வலம் என்னும் கிரிவலம்
அற்புத நிலவொளியில் நிகழ்த்தும்
அண்ணாமலையாரின் புகழ் ஓங்கும் சேத்திரம்
கிரிவலம் என்பதற்கு பொருள் எற்ற
கீர்த்திமிக்க அண்ணாமலை அருளை வீசும்
அற்புத கிரிவல ஈர்ப்பு சேத்திரம்
அருளைப் பொழியும் மகான்கள் நிறைந்த
மாதந்தோரும் முழு நிலவில் வலத்தை
மோகன ரூபத்தில் ஏற்கும் அருள்மலை
அக்னி என்பது பஞ்ச பூதங்களில் ஒன்றானாது

அஷ்டதி;ககுகளில் ஒன்றாக அமைந்தது
அற்புத மகத்துவத்தின் உச்சமாகும்
அதுவே அண்ணாமலையாவது
ஆகாயமே ஆகும், ஆதி அந்தமற்றது
அரும் பெரும் ஜோதியாக மலையில் திகழ்வது
காலத்தின் கோலமாகும் இங்கு
கடவுளின் அருள் நிலைத்திருப்பது இங்கு
அதுதான் ஞான ஒளி வீசும்
அருட்பெரும் ஜோதியாய் திகழும்
சித்தமகான்களின் கிரிவலமாகும்
சாட்சியாகவும் அருவமாகவும்
வலம் வரும் மகான்களின் காலைவலம்
வாழ்த்தும் நிர்மல பக்த கோடிகளை
அக்னி இலிங்கம் இவற்றை ஒளிக்கும்
அற்புதமாக வெளிப்படுத்தும்
நம் பக்தியின் கிரிவல உழைப்பில்
நாள்தோரும் பௌர்ணமி நிழலில்
பறைசாற்றும் என்பது சித்தர்வாக்கு
பாரத்தின் ஸ்பரிசம் ஆயிரமாயிரம்
இலிங்கங்களை இவ்வலத்தில் ஏற்கும்
இறைவனின் கருணை மழையை பொழியும்
உலகம் நீட்டலும், நிலைத்தலும் உயிர்க்கு
உலக அருளான் கால சுதன் எமன்
ஆனாலும் ஆண்டவன் அருளின்றி

அவனும் ஒன்று செய்ய இயலாது
இதுவிதி வசம் இறைவசம் என்பதில்
இயற்றிய நற்செயலின் மதியாம்
உயிர்களின் சிந்தனைப்பயனாம்
உந்தும் நற்செயலின் பயனாம்
எமஇலிங்கம் என்பது உலக நிலையாமை
என்பதுதான் உண்மை வெளிப்பாடு
இதை இனிமையாக எம இலிங்கம்
இவ்வலத்தில் மூன்றாம் தத்துவாமாய்
எடுத்தியம்புவதை அறியும்; பலன்
எமபயம் என்பதின் அறிவு நிலையாமை
அறிவது வலத்தின் அற்பு கல்வியாம்
அண்ணாந்து பார்தால் முழு நிலவு
பகர்வதும் அதுதான் ஒலியாக
பார்வையினால் ஈர்ப்பதும் நிலையாமை
முழு நிலவானாலும் முற்றிலும்
முழுமையின்றி களங்கம் எற்றது
இதுதான் உலக நீதி த்தத்துவம்
இதுதான் ஜோதியின் அருள்வாக்கு
உலகம் ஒளி ஏற்றாலும் மாற்றம்
உள்ளும் புறமும் மாறிமாறி வரும்
எம தத்துவமம் என்பதும் இதுவே ஆம்
எழுதலும் உறங்குவதும் வாழும் என்றும்
இலிங்க ரூபம் இயம்பவதும் இதுவே

இலிங்க பயம் எமதத்துவ திடல்
இறைவிழிப்பும் இறைத்தன்மையும்
ஈரேழு உலகம் ஏற்க வேண்டியது
நிருதி இலிங்கம் இயற்கையின் ஆதாரம்
நித்தியம் சூரிய சந்திர தோற்றம்
இயற்கையின் சுழற்சியில் வழக்கம்
இன்றியமையா அற்புதம் உயிர்களின் ஆதாரம்
இந்த இயற்கை ஈன்றெடுத்த இந்தியா
இந்தியத் தாயின் அற்புதமாகும்
இமயம் முதல் கன்னியாகுமரி வரை
இயற்கை அளித்த அற்புத மொழிகள்
அனைத்தும் சகோதரத்வம் நிறைந்தவை
அனைத்தும் இந்திய அன்;னையின் அற்புதம்
மொழிகள் அனைத்தும் அற்புதம்
மாபெரும் காவியங்களைக் கொண்டவை
பண்பாடு என்பது பவித்ரம் கொண்டவை
பழமையின் அற்புதங்கன் நிறைந்தவை
துவாதசம் என்னும் பனிரெண்டு
தூய்மை ஆன்மஞானம் கொடுக்கும்
ஜோதிர் இலிங்கங்கள் இந்தியாவில்
ஜெகம் மெச்சும் பனிரெண்டாக
திகழ்வதுதான் அதிசயத்திலும் அதிசயம்
தரத்தில் ஜோதியான தத்துவங்கள்
பற்பல ஞான ஒளியாக வீசுவதும் அற்புதம்

பறை சாற்றுவதுதான் இவைகளின்

ஈர்ப்பின் இரகசியத்திலும் இரசியம்

இந்த பனிரெண்டிற்கும் பணியாதவர்கள்

உண்மையை நாடாதவர் ஆவர்

உலகின் தத்துவங்களை ஏற்காதவராவர்

இலிங்க் மகத்தும் இமயம் போன்றது

இந்திய நாட்டின் உண்மை இரகசியம்

மூலம் கன்னியாகுமரியானால் அக்ரம்

மகாநதியான காசியை ஈன்ற கங்கை

சொர்கத்தையும் பூமிதான் காசி சேத்ரம்

சிவனடியார்களுக்கு தஞ்சம் இதுவாம்

காசி என்பது சொர்க்க வாசலும்

காசியே இறந்தவர்களை ஈர்து செர்கமாக்கும்

பவித்திர சேத்ரமாம் இவ்வயைத்தில்

பாவிகளை மறுவாசலில் நகரம் செலுத்தும்

வருண இலிங்கம் வந்தனைக்குறியது

வானைநோக்கி தேவர்களின் அருளை

ஏற்கும் அற்புத இலிங்கம் வளம் தரும்

ஏழ்மையை போக்கும் செழிப்பு இலிங்கமும்

என்றும் மேலுக தொடர்பு பெற்ற

ஏகாந்த இலிங்கம் வான் இலிங்கம்

வாழவைக்கும் அற்புதம் எற்ற

வளம் கொடுக்கும் இலிங்கம் இதுவாம்

தேவர்களையும் அவர்தன்மை தனை ஏற்க

தூய்மையான மகான்களை இணைக்கும்

வருண இலிங்கம் உள்த்தின் உயர்வு

வணங்கினவர்களை என்றும் உயத்தும்

கிரிவலப்பாதையில் ஐந்தாம் இடம் பெற்று

கீழ்வானத்தின் எதிர்வானம் ஏற்றது

தரணியில் செழிப்பை அருளும்

தாரக இலிங்கமாம் உயர்வை அருளும்

உழைப்பின் தன்;மைக்கு செழுமை

ஊழை உப்பக்கம் தள்ளும் இலிங்கம்

உலகத்தில் இயற்கையின் அருள் பெற்ற

உயர்வான மாயையை அகற்றும் இலிங்க

இயற்கை அன்னை வணங்கும் இறை

இலிங்கம் வருண லிங்கம் செழுமைகள்

என்பதில் இயற்கை அன்னையானவள்

எட்டுதிக்குகளையும் அரவணைப்பாள்

வாயு இலிங்கம் ஆறாம் நிலை ஏற்றது

வணக்கத்திற்குறி ஆதாரம் பெற்றது

இதற்கு இணை இதுவே. ஆம் போன்றது

இறைவியின் இசையில் மயங்குவது

இன்மையில் மேன்மையானது

இது இன்றி உலக ஆட்டமில்லை

அசைவும் இசைவும் தோற்றும்

ஆனந்த கானமும் பாடும்

உருவமின்றி உலகை ஆட்டுவிக்கும்

உயிருக்க உயிராக வாழும்
அற்புத கானங்களை பாடவைத்து
ஆரோவையும் உயிர்களில் தோற்றம்
செயல்களுக்கு ஆதாரமாகும்
செடிகொடிகளுக்கு தாலாட்டாகும்
வாயுவைத் தவிர்த்தால் என்றும்
வாழ்வு என்பது இல்லாமல் போகும்
வாயு இலிங்கம் என்பது சிவனின்
வேண்டிய ஆறாம் நிலையாம்
நமச்சிவயவின் பறக்கும் படை
நற்றமிழுக்கு சங்கம் ஈன்ற
இறைவனின் இசைவை பெற்ற
இன்பம் ஈயும் விரைவு இலிங்கம்
உலகச் செழிப்பின் ஆதாரமாம்
உண்மைக்கு வழிகாட்டி இலிங்கம்
சிபேர இலிங்கம் ஏழாம் நிலை ஏற்றது
கிரிவலத்தில் ஈர்க்கு அழகிய இலிங்கம்
பொருளில்லர்க்கு இவ்வுலகில்லை
பொறுமையுடன் அருளை ஈட்டிய
மகான்கள் அனைவரும் இத்தலத்தை
மறவாமல் இங்கே நிலைக்க வருவர்
இதுதான் இத்தலத்தின் மகிமையாம்
இறைவனின் ஈர்ப்பும் இவ்வலத்தில் பெரிது
நினைத்தாலே முக்தி என்றும் அருளும்

அண்ணாமலை என்பதில் குறைவில்லை
அடிக்கு ஆயிரம் இலிங்கங்களின்
மூலம் அருளைப் பொழியும் மலை என்பர்
மகான்களும் கிரவல பக்தர்களுக்கு
குறைவிலா மண்ணுலக செல்வமும்
குறைவிலா அவ்வுலக அருளையும்
அருள வல்லவர் இம்மலைக்கு வருபவரை
அண்ணாமலை அமைக்கப்பட்ட விதமும்
விந்தையானது தீபம் ஜோதி பரப்பிரம்மடா
வியக்க வைக்கும் இம்மலை முக்திமலை
கிரயே இறைவனாய் அருளும் இடம்
கீர்த்திக்கு அலாதியான மாமலை
இஞ்ஞான ஒளி வீசும் அண்ணாமலை
இறை ஞானிகளைக் கொண்ட மலை
நித்தமும் கால காலமாக கிரிவலம்
நிகழ்வாக தொடரும் ஞானிகளும் ஊர்
அஷ்ட இலிங்கங்களில் கடைநிலை
ஆதாரிக்கும்மலை வலஇலிங்கங்கங்கள்
இந்த ஈசான்ய உயர்வின் சிகரம்
ஈசான்ய முழுமையின் பக்தி இலிங்கம்
அஷ்ட தீபங்களை ஏற்ற வலமதை
ஆச்சர்ய மூட்ட வைக்கும் வலம்
பக்திக்கு பரம பதவி அளிக்கும் பலம்
பரந்தாமனும் அடிமுடிகாணா

அச்சரி ஜோதி இலிங்கம் அண்ணாமலை
ஆர்பரிக்கும் உறுதியின் சிகரம்
வயது என்பது மறந்து பக்தி அருள
வாழ்ந்து வரும் அற்புத வலமாகும்
வலம் வரும் இலிங்கங்களுடன்
வியப்பூட்டும் ஆசிரமங்களுடனும்
துணைதேவதைகள் துணைக்கு வருவர்
துன்பங்களைப்போக்கி இறைமயமாக்கும்
தூய்மையான யோகியர் வலத்தில்
துணைக்கு வந்துக்கொண்டே இருப்பர்
திரிதளம், திரிநேத்ரம் "ச"
திரியாயுதம் திரிஜனம் பாப
சம்உஹாரம் ஏக பில்வம்
சிவார்ப்பணம் அத்துணை மகிமை
பெற்றது வில்வம் என்பதில்
பீடு ஒன்றும் இல்லை எனலாம்
சிவம் சுந்தரம் என்பதில் சிறப்பு
சத்தியம் அடங்கியுள்ளது வெற்றி
சாதனைகள் என்பது இதில் சாரம்
சிவனுக்கு கண் விழித்தும்
செய்யும் ஆறு கால பூசை சிறப்பு
சக்திக்கு சாட்சிகள் பலப் பலவாம்
சிவன் அதன் மூலம் பக்தி முனிவர்களை
சிறப்பாக துறவிகளை ஏற்பர்

சங்கர! சங்கர! ஓம் என்பது

சிவசங்கரர்களை உருவாக்குவதாம்

சிறந்த கிரிவலத்தில் மகாசங்கரனாக்க

ஜலாபிசேகம் என்பது சிவனுக்கு

சந்தனாபிசேகம் என்பது புனிதம்

சக்திக்கு என்று ஈர்க்கும் ஒன்று

சாதனையில் அதிசயம் காணலாம்

ஹர ஹர மகாதேவ் என்பர்

ஹரனின் இராசக்தி சிவராத்திரி

ஆகும் பஞ்ச பூத இலிங்க சேத்திரங்கள்

அருள்மிகு இராமேஸ்வரமாகும்

ஜோதிர் இலிங்கங்களின் முதல் சேத்ரம்

ஜடா முடி தரித்த சிவனுக்கு ராத்திரி

கங்கையை தலையிலே சூடி மகிழும்

கங்கேஸ்வரனாவான் கைலாயநாதன்

அருணாஜலேஸ் வரனாக திருவண்ணாமலையில்

அருளைப் பொழியும் ஹரிபிரம்மனுக்கு

இது ஒரு சாட்சிப் பிரதானமாகும்

இச்சைக்குறிய பக்தியை பொழியும்

அருள்மாமலை இந்த ஆன்மீக மலை

ஆயிரமாயிரம் ஞானிகளை ஏற்கும் மலை

பக்தியின் இன்பத்தை அடி அடிக்கும்

பொழியும் நம் இன்ப மலையிது

என்பதை எவரும் மறுக்க இயலாது

எம் பெருமான் இதை கைலாயமாக்கும்

ஆன்மீக மலை என்பதில் நூறு சதம்

ஆழமாக அனைவரையும் ஈர்க்கும்

இம்மலையை நினைத்தாலே முக்தியை

சிந்தனைக்குறியது இந்த சிவராத்தியில்

சீர்தூக்கி சிறப்பறச் செய்வதாம்

சிவனுக்குறிய இந்த இராத்திரி

சீரும் சிறப்புமாய் வாழ்வை மாற்றி

அமைக்கட்டும் நாயிற்கடையாய்

அடியவர் கிடந்த நிலை சிறந்து

தயா தத்துவனே ஆன ஓம் நமச்சிவாய

தழைத்தோங்கும் மகிழ்வை தருபவனே

மகா சிவராத்திரி கண்விழிப்பு நாள்

மாய வாழ்விற்கு முற்றுப்புள்ளி நாள்

வானியல் அறிவியல் பாடி வருடம்

வரும் ஒரு விந்தைமிகு விழிப்பு நாள்

ஒன்பது கோளும் ஒரு குறிப்பட்ட

ஓம்கார நேர்கோட்டில் வரும்

நாள்தான் விழிப்பின் நன்னாளாக

இதுதான் மகா சிவாராத்திரியாக

இறைவனால் பரிவர்த்தனை செய்யப்பட்டு

அற்புதங்கள் நிகழ்த்தும் நன்னாள்

அற்புதம்மிகுந்த நன்னாளில் யோகியர்

சித்தர்கள் போன்றோர்கள்

சிந்தையில் உறக்கம் தவிர்த்து
உறங்காமல் இருந்து குண்டலினி
உச்ச சக்தியை தங்கள் உடலில்
எழுப்பும் எழுச்சி மிகுந்த நாள்
என்றும் காணக்கிடைக்காத
எழுச்சிமிக்க அற்புத நாளாம்
இரவெல்லாம் விழித்தால் குண்டலினி
இச்சாசக்தி மேலெம்பும்தானாக
இந்த இராத்திரி ஒப்பற்ற உயர்ந்த
இன்ப நாளாக இறையனுபவம் பெரும்
நாளாக ஞான நிலைக் கொடுக்கும்
நல்லயோகாசனங்கள் தியானம்
சுலபமாக கிடைக்கும் பொன் நாள்
சிவம் சிவகரம் சாந்தம் என்றிருக்க
சக்திபெரும் என்பதில்
சந்தேகமில்லை சிவக்தியும் அருளும்
இறையனுபவம் மற்றும் ஞானநிலை
இந்த குண்டலினி மூலம் லபிக்கும்
யோகாசனங்கள் இல்லாத போதும்
யோகத்தில் ஆழ்த்தும் குண்டலினி
நாளாக இந்த நாளை மகா சிவரர்திரியாக
நல்வழியில் வாழ்வை செலுத்தும்
சிறிதே முயன்றால் சிந்தை குளிரும்
சிவசிந்தனையிலிருந்தான் நமது

ஒவ்வொருவரின் உடலுக்குள்ளும்
ஓய்வாய் அமர்ந்த குண்டலினி
நம்மையெல்லாம் இறைவன் பால்
நாளும்பொழுதும் செலுத்தவதை உணரலாம்
இறைவன் பால் இனிதே செலுத்தும்
இன்பவழி தான் சிவராத்திரியாம்
மகா சிவராத்திரி என்பது உலகின்
மகிமை மிக்க ஒன்பது கோள்களை
ஒருங்கிணைக்கும் நாளாக திகழும்
ஓம்காரத்தின் தன்மைக்கும்
ஓம்கார உயர்விற்கும் எடுத்துக்காட்டு
இந்த இறை சிந்தனையின் வழிபாடு
இருக்கின்ற குண்டலினியை
இனிதே பயன்படுத்தி உயர்வடையச் செய்யும்
இச்சைமிகு இன்ப நாள் சிவராத்திரி
வருடம் ஒருமுறை வரும் ராத்திரி
வழிவழியாய் மகா சிவராத்திரியாம்
மங்களம் பொங்க வைக்கும்
மகா ஞானிகளையும் யோகியர்களையும்
ஈர்க்கும் பிறவிப்பயன் கொடுக்கும்
இனிய நன் நாள் சிவராத்திரி நாள்
இதை இனிதே அறிந்தும் அறியாமலும்
இயல்பான உச்ச நிலைக்கு கொண்டு செல்லும்
குண்டலினியை முனிவர்களுக்கு இணையாக

குழவி வளரச் செய்யும் விழித்திரு
வருடம் ஒருமுறைப் பலனை
வாழ்வில் அனுபவித்து முக்தி பெறுவர்
இதற்கு துணை நிற்பது கிரிவலம்
ஈடு இணையற்ற அஷ்ட இலிங்கஸ்கள்
அரவணைக்கும் ஈர்ப்பே அற்புதம்
அருணாசலரின் ஆதாரம் இவைகளுக்கு
மூலகாரணமாய் அமைவதுதான் சிறப்பு
முற்றும் துறக்கும் தன்மை ஈயும்
முற்பிறவிகளின் துன்பங்களை போக்கும்
முழுமையின் அருமை பெருமைதனை
அருளும் கிரிவல உயர்வின் பலன்
அறிந்துணர்ந்தவர் கிரிவலமதை
முடிந்தவரை முயன்று பலன்பெருவர்
மங்காத, நினைவாலே முக்தி எனும்
மகாசேத்திர மகிமை தனை உணர்ந்திடல்
மாயும் மாலவப்பலன் புண்ணியம் கூட்டும்
இல்லாத ஒன்றை உருவாக்கும் விதி
இறைவனால் அருளப்பட்ட பலனாம்
இறையுணர்வற்ற உயிர்களின்
இன்பங்கள் மாயையாய் மாயும்
இதுதான் இவ்வுலகின் தன்மையாம்
இறையுணர்வைக் கூட்டி உயர்வு
பெறவேண்டுதல் இவ்வுலகத்தின்

பெரும் சிறப்பு மிக்க அடிமுடி தத்துவம்
எதுவும் அதனதான் உயர்வை
எப்பொழுதும் பறை சாற்றுவது
வழக்கம் என்பதில் மாயாக்கும்
வழக்கமாக கிடைக்கும் தோல்வியாம்
உயர்வை நாடினால் இன்பம்
ஊரி வளரும் என்பதனை அறிவாய்
மானிடா! முக்திக்கு முன்னாடி
மறவாமல் வைத்தால் வெற்றி நிச்சயம்
ஓம் நமச்சிவாய வாழும் வகை
ஓயாமல் உயர்வை ஈயும்
உண்மையாக தீயான சக்தி சம்சாரிகளுக்கு
ஊழைத்தான் எதிர் நோக்கும்
தியான சக்திகள் யோகிகளுக்கு
திடமாக மேல் நோக்கி முக்தி ஈயும்
உடலிலிருந்து ஆத்மன் வெளிவந்தால்
உயர்வின் சிகரம் பரமாத்மனாவான்
பிரம்மம் உண்மை என்று அறிதல்
புத்தியின் மாபெரும் சக்தியாகும்
ஆத்மன் என்பது குடத்து நீராம்
அண்டத்தில் ஆதியும் அந்தமற்றது பிரம்மம்
அதனால் பிண்டத்தின் மோகம் அழியும்
அழியா பரம்பொருளாவாய் அறி!
அற்புதத்திலும் அற்புதம் மலையின் தன்மை

ஆதியும் அந்தமுமமற்ற ஜோதி

ஆட்சி செய்து ஈர்க்கும் தன்மை

அரிதிலும் அரிது இப்புவியில்

ஆண்டவனைக் காட்ட பலவழிகள்

ஆனால் அதிலும் அடிமுடிகாணா

அண்ணாமலையாரின் தனிவழி

அற்புத்திலும் அற்புதமாகும்

ஆராதனைக்கு ஒரு சிறந்தவழி

அரும்பெரும் ஜோதி வடிவம்

அனைவரையும் ஈர்க்கும் வழியாம்

அதனைப்பற்றி ஆட்சியில் உட்படுதல்

ஆளும் பரமேஸ்வரின் அடிமுடியாம்

ஆதனைக் காணுதல் என்பது எப்படி

அகில உலகை காக்கும் கடவுள்

ஆதிசே∴னின் தலைமேல் நர்த்தனம்

அரவனைத்து புரியும் வழியாம்

அதற்கு பீடமாக நின்று செயல்படுத்தும்

ஆர்பரிக்கும் தன்மை உடைய

அதிசய ஆதிசே∴னின் தூக்கி பிடிக்கும்

அதிசய தன்மையே ஒளிமயம்

இது எப்படி சாத்யம் என்ற கேள்வி

இறைபக்தர்களுக்கு எழத்தான்

இதை உணரும்போது தோன்றும்

ஈசனும் இத்தலத்தில் ஆதியும் அந்தமு மற்றவன் ஆவான்

இதில் எள்ளவும் சந்தேகமில்லை
இறை வடிவமும் அற்புதத்திலும் அற்புதம்
இச்சேத்திர மகிமை எடுத்தியம்பும்
இவ்வண்ணாமலை திரம்கொண்டு
இச்சையுடன் இறைபக்தர்களை ஈர்க்கிறது
இதுதான் இச்சேத்திரமகிமை என்றே!
இயம்ப நல்ல காரணமாகிறது
இறைமுனிவர்களையும் பக்தர்களையும்
இனிதே ஈர்க்கும் தன்மையுடையதாகிறது
இதன் மகத்தவம் தான் பெரிது
இவ்வையம் பஞ்ச பூத சேத்ரங்களில்
ஈர்க்கும் ஒளிமயமான சேத்திரம்
இத்துடன் அண்ணாமலையாருடன்
இனிதே உடனுரையும் உண்ணாமலை அம்மன்
இசையுடன் ஒளிமயமாக இணையும்
இச்சைத் தன்மையே பக்திமயம்
இறைவா உன்னை நினைக்கவும் அறியவும்
இல்லாத உயர்வை ஈன்ற உன்
இறைதன்மையே விந்தை வடிவம்
இதில் கிரிவலம் பக்தியின் அதிசயம்
இம்மலையாம் ஈர்ப்புடைய வலம்
இனியபாதையுடன் அமைந்தது
இம்மண் உயிர்களின் முக்திவடிவம்
இம்மலையின் இறைதன்மை

ஆதவன் சுவாமி

இதில் எள்ளவும் குறைவில்லை
இறைபகதியை இவ்வலகத்தில் காண
இன்றும் இறைபகத்தி முனிவர்கள்
இடையின்றி தொடர் வலமாக
இவ்வலத்தை மேற்கொண்டு
இறைபக்தி கிரிவல பக்தர்களின்
இடையூறுகளை தம் பக்தி பலனால்
இல்லாமையாக்க வல்லவர்களாவர்
இறையுணர்வு என்பது பரமனின்
இயல்பான உயர்வாகும் என்பது
இவ்வுலகிற்க்கே சொந்தமானது
இதையுலகம் அடைதல் பிறவிப்பயன்
ஈன்ற உயிர்கள் அனைத்தும் என்றும்
இதை நாடித்தான் நடை போடுகின்றன
இன்னுயிர்களுக்கெல்லாம் இனிதே
இச்சேத்திரம் வழிகாட்டி முக்தியை
இவ்வையத்தில் அருள் உதவகிறது
இறைவா! அண்ணாமலையாரே
இவ்வைய்த்திலிருந்து முக்தினயதா!
ஆகாயமே தாரக இலிங்கமாம்
அண்டத்தில் பாதளம் ஹாடகேஸ்வரம்
அதிசய பிறப்பு சிறப்பு பெற்ற
அகிலத்தின் மத்திமம் மகாகாளமாம்
அங்கும் இங்கும் நிறைந்த இலிங்கம்

அதிசய இலிங்கமே விந்தையானது

அருவம் உருவமற்றதாக திகழ்வது

அண்டத்தை ஆளவந்தது இலிங்கம்

அடி அடிக்கும் வாஸ்து புருஃனாய்

ஆளவந்த விந்தை மிகு இலிங்கம்

மாட்சிமை பெற நான்கு திக்குகள்

மாயையை மாற்ற நான்கு இணைதிக்குகள்

நான்கும் நான்கும் எட்டாகும்

நற்பயன் பெற அனைத்தும் துணை

நன்னுயிர்கள் வளரவும் வாழவும்

நல்ல தசையையும் அருளையும் அருள

அனைத்து உயிர்களுக்கு அவசியம்

அதனால் அனைத்தையும் சார்ந்தே

வாழக்கற்றுக்கொள்ள வேண்டிய

வாழக்கற்றுக்கொள்ள வேண்டி

வழக்கம் ஆதிமூலத்தில் ஆரம்பித்தது

வாழும் கலைப்பற்றி பற்பல திட்டங்கள்

வணக்கத்ததிற்குறியதாக தோன்றின

இக்கலை வண்ணம் வாழும் வளரும்

இம்மலை கிரிவலம் கால காலம் இடம் பெரும்

கிழுக்கு வாயில் ஓம்கார வாயிலாம்

காணும் உலகில் வாஸ்து புருஷனின்வாயில்

இவ்வாயில் ஆதிவாயிலாக அரவணைக்கும்

இனிதேழும் மூர்த்திகளை பெற்று நிர்வகிக்கும்

வருவோருக்கும் நல்லதோர் ஆதாரமாகும்
வாழவைக்கும் பிறந்த உயிர்களை
மேற்கு வாயில் ரீம் காரவாயிலாகும்
மாயையின் பிடியில்நின்றுதிரமையாக
மாயவாயிலாகும் உலகின் பிறப்பு இறப்பு
ஆதாரவாயில் என்றே விதி மாற்றிஅமைக்கும்
ஆக்னைப் போன்று சுழற்றும் புவியில்
காலை மதியம் மாலை என்பது வழக்கம்
கோடி கோடியாய் உயிர்களின் புழக்கம்
இரவின் தன்மை இனிமை மாயையின்
இன்முகம் தோன்றும் தன்மையின்
ஆரம்பம் மாயையின்றி உலகில்லை
ஆக்கமும் அழிவும் இதன் ஆதாரம்
மாயையின்றி உலகமே இல்லை
மயக்கமில்ல உயிர்களில்லை யாம்
ஒருவழி தனிவழி உய்வதற்கு
ஓம்காரம் என்றும் துணைநிற்கும்
ஓமில் அடங்கா உயிர்களில்லை
ஓமில் கிடக்கும் உயிர்கள் வளரும்
ஆத்மனே அனைத்து உயிர்களின் ஆதாரம்
அனைத்து சக்திகளும் அதனில் அடக்கம்
ஆண்டவனும் ஆத்மனே ஆவான்
அண்டசரா சரங்களும அவனே ஆவான்
அனைத்திலும் தன் திறன் தெரியும் புரியும்

பரமாத்மனாவது உயிர்களின் முக்தியாம்

பாமரனாக நடிப்பதும் ஆத்மனேயாம்

பௌர்ணமி திதி அன்று சந்திரன பூரணம்

பக்தர்களுக்கு கிரிவலம் அற்புதம்

அண்ணாமலையாரின் மலைவலம் ஈhக்கும்

அனைத்து யோகியரும் ஈர்க்கும்மலை

தபோவனரை வாவென்ற அழைக்கும்

தன்னடக்க மகிமை உயர்வில் செலுத்தும்

கால காலமாக ஆன்மாக்கள்

கிரிவலம் வருவதினால் அதன்மூலம்

மலையே பக்தியின் ரூபம் தாங்கி

மற்றவர்களையும் கிரிவலத்தில் உயர்த்தும்

சித்தர்களும் தேவர்களும் வருவது

சிந்தையில் சிவனை ஈர்த்தவரை காக்க

இம்மலையின் தன்மையும் ஈர்க்கும்

இனிதே தொடர்ந்த வண்ணம் இருக்கிறது

அண்ணாமலை என்றால் அடிமுடி காணாதவர்

அண்டங்களை ஆளும் உயர்வானவர்

கிரிவலம் வருவோரையும் அனைத்து

பக்தர்களையும் கீர்த்தி பெறச்செய்யும் மலை இம்மலை

அண்ணாமலை என்றால் அற்புதமலை

ஆற்றல்மிக்க மலை அற்புதங்கள்

நிறைந்து தபோவனர்களை

நன்கு ஈர்க்கம் பக்தி மலை

கிரிவலம் பாதையில் அடி அடிக்கும்
கண்ணிற்கு காண ஆயிரமாயிரம் இலிங்கங்கள்
ஆர்பரித்து தூண்டும் அக்னிமலை
ஆகாயத்தடியே சுடர் ஒளி ஏற்ற உயர்மலை
இம்மலை இனிதே ஒளியை ஏற்றது
இம்மலையின் தன்மையே வல்லது
இத்தன்மையை விளக்க வருடம் ஒரு
இயன்ற முறையில் தீபம் ஏற்று
இருட்டை நீக்கும் இன்னலை போக்கும்
இருமும்மூர்த்திகளை ஏற்றமலை
அருள்பொங்கும் அண்ணாமலை
ஆகும் என்பதில் யாதொரு ஐயமுமில்லை
தீபம் ஜோதி பரப்பிரம்மன் ஆன ஓம்காரமலை
தீய இருட்டை அகற்றி ஒளிமயம்
ஆக்கும் மலை எடுத்துக்காட்டான
அற்புத ஆண்மீகமலை அண்ணாமலை
அடிமுடிகாணா அற்புதமலை
அண்ணாமலைக்கு இணையானது
அதுவே ஆகும் என்பது உண்மை
அண்ணடத்தின் இது ஒரு தத்துவம்
ஓம்கார அதிசயம் மும்மூர்த்திகளின்
ஓம்கார விளையாட்டின் தத்துவம்
யோக முனிவாகளை ஈர்க்கும்
யோக தத்துவங்களைக்கொண்டு

கிரிவலம் பேனும் விந்தைமலை
கீர்த்திக்கு ஒரு மாபெரும் மலை
மும்மூர்த்திகளைத் தாங்கும் மலை
முழுமைப் பெற்ற அழகுமலை
ஆதிகாலம் தொட்டு இக்லியிலும்
ஆராதனைக்குறிய அண்ணாமலையாரின்
மாட்சிமை பெற்ற மயக்கும்மலை
மாய உலகை மாய்த்து வெற்றிக்கொடி
காட்டும் மலை இக்கிரிவலமலை
கடும் மாய உலகில் பக்தியை
சித்தர்கள் மூலமும் யோகிகளின்
சிந்தனை ஈர்பினால் கண்கொண்ட மலை
ஒருமுறை கிரிவலம் முக்திக்கு
ஓம்காரத்தில் செலுத்தும்மமலை
அஷ்ட இலிங்கங்களுடன் அனைத்து
ஆராதிக்கும் துணைத் தேவதைகளும்
வாழும் மலை என்றால் நிகராகாது
வாழ்வைச் செம்மைப்படுத்தி
இறைபக்தியை இனிதே வளர்க்கும்
இன்ப ஆன்மிகமலை அண்ணாமலை
இதுதான் ஓம்காரமலையாகும்
இங்குதான் மும்மூர்த்திகளும்
இயங்கும் சக்திகளை காட்டினார்கள்
இங்கே நான் என்னும் அகந்தை

இனிதே அடங்கி கிரிவலமாயிற்று
இந்த அக்னிக்கு நான்கு வழிகள்
இச்சையுடன் உலகில் உண்டாயிற்று
இதுதான் ஓம்காரவாயில் முதல்வாயில்
அடிமுடி காணா அதிசய வாயிலாம்
அங்குதான் மும்மூர்த்திகளும் காட்சியான
அகந்தைகளை அழிக்கும் பாடம்
அழகாக உருவாகி ஈர்க்கப்பட்டது
அதனால் இம்மலை மும்மூர்த்திகளுக்கு சாட்சி
அண்ணாமலை என்றால் அடி முடிகாணா
அன்புமலை கிரிவலம் பெற்றமலை
முதலில் ஓம்காரவாயிலை எற்றது
முழுமை ஆதாரமாய் ஒளிர்கிறது
அடுத்தது க்லிம்கார இண்டாம் வாயில்
ஆன்மிகத்தின் அன்பை பெற்றமலை
ஆன்மீக குருமார்களை ஈர்த்தமலை
அவர்களால் அணைகப்பட்டாவர்
அண்ணாமலையைச்சுற்றிதான்
அனைத்து ஞான மாக்க்த்தினரும்
இணையாக ஈர்க்கப்பட்டு வாழும்
இனிமையான இன்பமலையாம்
வலம் வருவதின் பெருமை இங்கு
வாழ்ந்து வருவது அருமையிலும்
இன்பம் ஏற்கும் அண்ணாமலை

இம்மலையின் வலம் வருதல் உதாரணமாய்

இனிதே இவ்வையத்தில் தோன்றி

இறைவனைஅடிக்கும் ஆயிரம் இலிங்க

உத்பவத்தையும் அருளையும்

ஊழிக்காலத்திலும் பெறலாம்

கல்மலையின் வலமானாலும் உலக

கால காலத்தின் பலனும் புண்ணியமும்

இனிதே இங்கு இயற்கையாக

இன்பமூட்டும் தன்மை துளிர்க்கும்

இந்த இரண்டாம் வாயிலான் க்லீமகரம்

இன்பமூட்டும் என இலிங்கத்தை எற்ற

இச்சைக்குறிய இயற்கை ஞானம்

இனிமையாக அருளும் வாயிலாம்

இதனால்தான் தேவர்களும் ஈர்கப்பட்டு

இங்கு வணங்கப்படுவது அதிசயம்

இனியன் தமிழ் ஞான பண்டிதன்

இளையவன் முருகன் இன்பச்சுவையாவர்

மூன்றாம் வாயில்தான் சக்திவாயிலாம்

முக்கண்ணன் தேவிகளின் வாயிலாக்கி

ஆக்கலும் காத்தலும் அழித்தலும்

அண்டத்தில் பூமியில் அமைக்க

ஆண்டவன் அன்றே தீர்மானித்தான்

அருமையிலும் அருமையான ரீம்கார

அதிசய தத்துவ வாயிலாக அமைந்தது

முப்பெரும்தேவியரும் வாழும் இவ்வாயில்
மூன்றாம் தன்மையை ஏற்று இனிக்க
இன்பமூட்டுவது ரீம்காரமாகும் என்பது
இறைசக்திக்கு ஊக்கமூட்டும் தன்மை
ஆதியும் அந்தமுமற்ற தன்மைக்கு வழி
ஆழகாக வழிஏற்கும் ஐம்காரவாயில்
ஞான தபோவனர்களை ஈக்கும்
தன்மையை அளிக்கும் இனபம்
தழைத்தோங்கும் இன்ப மலையாகும்
ஞானம் என்பது தான தபோவனரை
ஞானமுக்திக்கு ஈர்க்கும் அண்ணாமலை
இதுதான் ஞானமார்க்கமாகும்
இறையருளின் தன்மையை அருளும்
இன்ப மூட்டும் அண்ணாமலையின்
இவ்வலம் இனிதே அளிக்கிறது
நான்காம் வாயில் ஞான வாயியாம்
நீதியின் யோகியர் வாயிலாகும்
இவ்வாயிலை ஐம்காரவாயிலாக
இவ்வையத்தின் முக்திவாயில்
உச்சத்தின் இந்த வாயில் ஞானம்
உயர்வின் தன்மை யோகத்தின் முக்தியை
ஞானியர்களுக்கு அள்ளி வழங்கும்
ஞானானந்த வாயிலாகும்
தவம்தான் எல்லா வாயில்களின்

தன்மையின் உச்சம் பெற்றதாம்
தேவர்களும் தேவியர்களும்
தவத்தின் மேன்மையினால்
அனைத்து உயர்வுகளை பெறுபவர்களாவர்
அதனால் ஐம்கார வாயில் தனித்தன்மை
கொண்டவாயிலாக திகழும்
கடவுளர்களும் தேவர்களும்
இதனுள் அடக்கம் என்னும் தலைமை
இங்கு அறிப்படுவது சுலபமாகிறது
இறைத்தன்மையும் ஐம்காரத்துள்
இனிதே அடங்கி ஆட்சிபுரியும்
தவம் என்பது அனைத்துள்ளும் நிகழும்
தரத்தை உயர்த்துவதும் இதுவேயாம்
நான்கு வாயில்கள் உயர்வு புண்ணிய
நற்கோவில்களின் மூலம் அறியலாம்
தீபம் ஜோதி பரப்பிரம்மம் வையத்தில்
தோநிவர்த்தியில் உயர்மலை
தவமுனிவர்களை தாங்கு தாங்கு என்று
தாங்கும் திருவண்ணாமலை பூர்ண
பரப்பிரம்மனின் அருளைப் பெற்றமலை
பாவங்களை போக்கும் கிரிவலமலை
கிரிவலத்திற்க்கென்று கீர்த்திபெற்ற
கயிலதோஷ முனிவரின் சிவமலை
சிவனின் தோஷமும் சீர்திருத்தியமலை

சிந்தனையில் சிவனை இவ்வலத்தில்
சீர்தூக்கினால் பௌர்ணமி ஒளி
சிவமந்திரங்களை தன்னுள் நிலை நிறுத்தம்
சிவ! சிவ என்போர்க்கும் சிந்தையில்
சின்மய ஒளியின் வழிபிறக்கும்
சிந்தையின் குண்டலினி சீர்தூக்கும்
சூரபத்திரனின் தோஷத்தை போக்கிய
மும்மூர்திகளின் நினைவை! அருளும்,
மும்மூர்த்திகளின் ஓம்கார மலை
முழுமையை அருளும் தீபஜோதிமலை
மலையின் விரதங்கள் கிரிவலத்தில்
மாலையில் மாயமாகும் தன்மையை
மாய உலகின் நிலையில் தழைக்கும்
திருவண்ணாமலையின் அண்ணாமலையார்
தீர்த்துவைக்கும் திறம் உயர்வானது அருளானது.

www.ingramcontent.com/pod-product-compliance
Lightning Source LLC
Chambersburg PA
CBHW060539160726
47991CB00001B/395